കെ.എസ് മിനി

കണ്ണൂർ ജില്ലയിലെ ചക്കരക്കല്ല് പട്ടണത്തിൽ താമസിക്കുന്ന കെ.എസ് മിനി ജനിച്ചതും വളർന്നതും കടൽത്തീരഗ്രാമം കിഴുന്നയിൽ ആണ്. 32 വർഷത്തെ അദ്ധ്യാപനത്തിന്റെ ഒടുവിൽ സർക്കാർ ഹൈസ്കൂളിൽ പ്രധാന അദ്ധ്യാപിക ആയി വിരമിച്ചു.

ഇന്റർനെറ്റിലും ആനുകാലികങ്ങളിലുമായി കഥകളും ലേഖനങ്ങളും നർമ്മങ്ങളും എഴുതാറുണ്ട്. മാതൃഭൂമി വാരിക, മംഗളം വാരിക, നർമഭൂമി മാസിക, സ്ത്രീശബ്ദം മാസിക, വയോജനശബ്ദം മാസിക, ഭാരതദേശം മാസിക, വാർത്താ സാന്ത്വനം മാസിക, ഒറ്റമൂലി തുടങ്ങിയവയിൽ ലേഖനങ്ങളും കഥകളും പ്രസിദ്ധീകരിച്ചിട്ടുണ്ട്. ഏതാനും സ്മരണികകളിലും രചനകൾ ഇടംപിടിച്ചിട്ടുണ്ട്. 2008 മുതൽ എഴുതിയ അനുഭവങ്ങളും കഥകളും ഫോട്ടോകളും സ്വന്തം ബ്ലോഗുകളിൽ ഉണ്ട്.

പുരസ്ക്കാരങ്ങൾ: കൈരളി ബുക്സ് ബാലസാഹിത്യ നോവൽ പുരസ്ക്കാരം - 2021, സീനിയർ സിറ്റിസൺസ് ഫോറം സംസ്ഥാനതല ലേഖന പുരസ്കാരം, അഖിലേന്ത്യ ജനാധിപത്യ മഹിളാ അസ്സോസിയേഷൻ സംസ്ഥാന സമ്മേളനത്തിന് കഥാരചനയിൽ രണ്ടാം സ്ഥാനം, സീനിയർ സിറ്റിസൺസ് ഫോറം കണ്ണൂർ ജില്ലാ സമ്മേളനത്തിന്റെ സാഹിത്യമത്സരം കഥാരചനക്ക് രണ്ടാം സ്ഥാനം, എടക്കാട് സാഹിത്യവേദി വാർഷികം 2022ൽ നടത്തിയ കഥാമത്സരത്തിൽ രണ്ടാം സ്ഥാനം എന്നിവ ലഭിച്ചിട്ടുണ്ട്. കൂടാതെ അനേകം സാംസ്കാരിക സംഘടനകളുടെ അവാർഡുകൾ ലഭിച്ചിട്ടുണ്ട്.

പുസ്തകങ്ങൾ: ടെറസ്സിലെ കൃഷിപാഠങ്ങൾ, ടെറസ്സിലെ കൃഷികൾ (കാർഷികം), അനിയൻബാബു ചേട്ടൻബാബു, മനസ്സിൽ ലഡ്ഡുപൊട്ടുമ്പോൾ, മിനിനർമകഥകൾ, പുട്ടും കടലയും, പുരനിറഞ്ഞ പുരുഷൻ, കുട്ടിയമ്മയുടെ ആണി (ഹാസ്യകഥകൾ), മാക്രി മെമ്മോറിയൽ ഹൈസ്കൂൾ, കാക്കത്തുരുത്തിലെ കൂട്ടുകാരും പറക്കുംതളികയും, കാക്കക്കുയിലേ ചൊല്ലൂ, ശിവാനിയുടെയും ശ്രീലക്ഷ്മിയുടെയും അത്ഭുതയാത്രകൾ, ഇംഗ്ലീഷ്മീഡിയം കാക്കകൾ, ഒളിച്ചുകളിക്കുശേഷം, അത്ഭുതമരുന്നും രണ്ട് പെൺകുട്ടികളും, കരയാമയും കാട്ടിലെ കൂട്ടുകാരും, കുരങ്ങന്റെ കൈയിലെ ആൻഡ്രോയിഡ് മൊബൈൽ, പൊൻമുട്ടയിടുന്ന പൂവൻകോഴി (ബാലസാഹിത്യം), എട്ട് സുന്ദരികളും ഒരു സിനിമയും, ആദ്യരാത്രിയിലെ എ പ്ലസ് ബി, പെൻഡ്രൈവ്, (കഥകൾ), ചോക്കും ചൂരലും പിന്നെ ഞാനും (സ്മരണകൾ), മുഖപുസ്തകത്തിലെ പ്രണയപാഠങ്ങൾ (നോവൽ)

അച്ഛൻ: പുത്തൻപുരയിൽ ഗോപാലൻ, അമ്മ: പള്ളിവളപ്പിൽ യശോദ
ഭർത്താവ്: സി കെ. മുകുന്ദൻ, മക്കൾ: സിമി, സ്മിജ
മരുമക്കൾ: സുശാന്ത്, അനുരൂപ്, ചെറുമക്കൾ: നവശ്രീ, ശ്രീപാർവണ, രേവന്ത്

വിലാസം: സീ. കെ. ഹൌസ്, ചക്കരക്കല്ല്, പോസ്റ്റ് ഇരിവേരി, കണ്ണൂർ - 670613
ഫോൺ: 0497 2852079, 9847842669
ഇ മെയിൽ: souminik@gmail.com

Malayalam Language
Malayannante Selfie
(Children's Literature)
by
K S Mini
♦
Published in June 2023
by Kairali Books Private Limited
Thalikkavu Road, Kannur.
Ph : 0497-2761200
Email : kairalibooksknr@gmail.com
♦
Cover Design
Prasanth Mangad
♦
Illustrations
Samad

Price ₹ : 190.00
24/23-24/Sl.No.1450/500/NS 18.6
ISBN 978-93-93397-82-9

മലയണ്ണാന്റെ സെൽഫി

കെ.എസ്. മിനി

കൈരളി ബുക്സ്

കഥകൾ

മുല്ലവള്ളിയും നാട്ടുമാവും

കുട്ടികൾ മുല്ലവള്ളിയുടെ കമ്പ് നട്ടത് വീടിന്റെ കിഴക്കുവശത്തുള്ള നാട്ടുമാവിന്റെ അരികിലാണ്. നിത്യേന വെള്ളം ഒഴിച്ചപ്പോൾ ചെടിയിൽ വേര് മുളച്ച് മണ്ണിൽ താഴ്ന്നിറങ്ങി. അതോടൊപ്പം പുതിയ മുകുളങ്ങളും ഇലകളും ഉണ്ടായപ്പോൾ മുല്ലവള്ളി പതുക്കെ നാട്ടുമാവിനു മുകളിൽ ചുറ്റിപ്പടർന്നു. ധാരാളം ഇലകളുള്ള വള്ളികൾ ചേർന്ന് ചുറ്റിപ്പിടിച്ചപ്പോൾ മാവിന് സ്നേഹവും സന്തോഷവും തോന്നി. തുടർന്ന് രണ്ടുപേരും ഉറ്റ സുഹൃത്തുക്കളായി മാറിയപ്പോൾ ചിരിക്കാനും കളിക്കാനും കഥകൾ പറയാനും തുടങ്ങി. അന്യോന്യമുള്ള അവരുടെ സ്നേഹം കണ്ടപ്പോൾ മറ്റുള്ള ചെടികൾക്കെല്ലാം അസൂയ തോന്നി.

ഏതാനും ദിവസം കൊണ്ട് നാട്ടുമാവിന്റെ ഏറ്റവും മുകളിലെ കൊമ്പിൽ പടർന്നെത്തിയ മുല്ലവള്ളിക്ക് അകലെയുള്ള കാഴ്ചകളൊക്കെ കാണാമെന്നായി. ചുറ്റും നോക്കുമ്പോഴാണ് മുല്ലവള്ളി പുതിയതായൊരു ദൃശ്യം കണ്ടത്. തൊട്ടടുത്തുതന്നെ അതിമനോഹരമായ ഒരു മരം; അതൊരു മുരിങ്ങമരം ആണ്. ധാരാളം ഇലകൾ ചേർന്ന് ഇളംകാറ്റിൽ ഇളകിയാടി പാട്ടുപാടുന്ന മുരിങ്ങമരത്തെ പരിസരം മറന്ന് നോക്കുന്നത് മുല്ലയുടെ ശീലമായി മാറി.

നാട്ടിലാകെ പുതുമഴപെയ്ത് ചെടികളെല്ലാം തളിർക്കാനും പൂക്കാനും തുടങ്ങിയപ്പോൾ നമ്മുടെ മുല്ലയിൽ പൂമൊട്ടുകൾ ഓരോന്നായി പ്രത്യക്ഷപ്പെട്ടു. തൂവെള്ള നിറമുള്ള മൊട്ടുകൾ കണ്ടപ്പോൾ നാട്ടുമാവ് ചിരിച്ചെങ്കിലും മുല്ലവള്ളി മാവിനെ നോക്കുകയോ ചിരിക്കുകയോ ചെയ്തില്ല. മുല്ലയുടെ നോട്ടം സമീപമുള്ള മുരിങ്ങയിലാണെന്ന് മനസ്സിലായപ്പോൾ മാവിന് സങ്കടമായി. പൂവിട്ട് കായ്ചശേഷം പുതുമഴയിൽ തഴച്ചുവളർന്ന മുരിങ്ങമരത്തെ സമീപിച്ച മുല്ലവള്ളി പതുക്കെ അതിലേക്ക് ചുറ്റിക്കയറാൻ തുടങ്ങി. ഇളംകാറ്റിൽ ഇളകിയാടുന്ന മുരിങ്ങയിൽ പടർന്നപ്പോൾ സന്തോഷം സഹിക്കവയ്യാതെ മുല്ലവള്ളി ചിരിച്ചു. ആ നേരത്ത് പൂമൊ

ട്ടുകളെല്ലാം വിടർന്ന് സുഗന്ധം പരക്കാൻ തുടങ്ങി.

സന്ധ്യാനേരത്ത് വീശുന്ന കാറ്റിലൂടെ മുല്ലപ്പൂവിന്റെ സുഗന്ധമറിഞ്ഞ നാട്ടുമാവ് ചുറ്റിലും നോക്കിയപ്പോൾ ഞെട്ടി. ഇത്രയും ദിവസം മാവിലാകെ ചുറ്റിപ്പടർന്ന് ചിരിക്കുകയും കളിക്കുകയും ചെയ്ത മുല്ലവള്ളി തന്നെവിട്ട് മുരിങ്ങമരത്തെ കെട്ടിപ്പിടിച്ചുകൊണ്ട് നിറയെ പൂത്തിരിക്കുന്നു. സങ്കടം സഹിക്കവയ്യാതെ മാവ് കരഞ്ഞപ്പോൾ ധാരാളം ഇലകൾ പഴുത്ത് താഴെവീണു.

മുല്ലവള്ളി ക്രമേണ നാട്ടുമാവിനെ നോക്കാതെയും മിണ്ടാതെയും ആയപ്പോൾ അവന് വളരെയധികം വിഷമം തോന്നി. മുല്ലയും മുരിങ്ങയും ചേർന്ന് ആടുകയും പാടുകയും ചെയ്യുന്ന നേരത്ത് ഒന്നും ചെയ്യാനാവാത്ത നാട്ടുമാവ് അരികിലേക്ക് വരുന്ന കിളികളോട് കിന്നാരം പറയുന്നത് ശീലമാക്കി.

പുതുമഴ പെയ്ത് ഏതാനും ദിവസം കഴിഞ്ഞപ്പോൾ ചാറ്റൽമഴയും പിന്നാലെ ചെറുമഴയും വന്ന് ഭൂമി തണുക്കാൻ തുടങ്ങി. ക്രമേണ കാലവർഷത്തിന്റെ വരവറിയിച്ച് മാനത്ത് മഴക്കാർ നിരന്നതോടെ ഇടിയും മഴയും കാറ്റും വന്നെത്തി. പെരുമഴപെയ്ത് മണ്ണിലാകെ വെള്ളം നിറഞ്ഞപ്പോൾ മരങ്ങളെല്ലാം സന്തോഷിച്ച് നൃത്തം ചെയ്തു.

കാലവർഷം വലിയൊരു ആഘോഷമായി ഭൂമിയിൽ പെയ്തിറങ്ങുന്ന നേരത്ത് കൊടുങ്കാറ്റും ഇടിമിന്നലും മഴയും ഒന്നിച്ച് വന്നപ്പോൾ എല്ലാവരും ഭയപ്പെട്ടു. ശക്തമായ കാറ്റിൽ മുരിങ്ങമരം പൊട്ടിവീണത് ആളുകൾ നടന്നുപോകുന്ന വഴിയിലാണ്. യാത്രക്ക് തടസ്സം നേരിട്ടപ്പോൾ പെട്ടെന്നുതന്നെ ധാരാളം ആളുകൾചേർന്ന് മുരിങ്ങമരത്തോടൊപ്പം മുല്ലവള്ളിയും മുറിച്ച് ചെറിയ കഷ്ണങ്ങളാക്കി. അതെല്ലാം കാണാനിടയായ മാവിന് വളരെയധികം സങ്കടം തോന്നി

ചെറുതായി മുറിച്ച മുരിങ്ങയുടെ ശാഖകളും മുല്ലവള്ളിയും റോഡരികിൽ കൂട്ടിയിട്ടത് കണ്ടപ്പോൾ നാട്ടുമാവ് ദുഃഖത്തോടെ പലതും ചിന്തിച്ചു. കാറ്റിലും മഴയിലും ഇളകാത്ത ഉറപ്പുള്ള മാവിൽനിന്നും ഇറങ്ങിയിട്ട് തീരെ ഉറപ്പില്ലാത്ത മുരിങ്ങയിൽ പടർന്നുകയറിയത് കൊണ്ടല്ലേ മുല്ലവള്ളിക്ക് ഇങ്ങനെയൊരു ഗതി വന്നത്.

****

ബന്ധുക്കളും അയൽക്കാരും

സുന്ദരി പന്നിയും ഡിങ്കിരിമോനും താമസിക്കുന്നത് പുല്ലാഞ്ഞികാട്ടിലെ പാലമരക്കുന്നിന് സമീപമുള്ള വീട്ടിലാണ്. ചെറിയൊരു വീടാണെങ്കിലും അമ്മക്കും മകനും ആവശ്യത്തിനുള്ള സൗകര്യങ്ങളൊക്കെ അകത്തുണ്ട്. കാട്ടിലുള്ള എല്ലാ മൃഗങ്ങളോടും സ്നേഹത്തോടെ ജീവിക്കുന്ന അവരെ എല്ലാവർക്കും ഇഷ്ടമാണ്.

നന്നായി അദ്ധ്വാനിക്കുന്ന സുന്ദരിയും മകനും ചേർന്ന് കാട്ടിലുള്ള മണ്ണിൽ കൃഷിചെയ്ത് ധാരാളം പഴങ്ങളും കിഴങ്ങുകളും ഉല്പാദിപ്പിക്കാറുണ്ട്. വിളവുകൾ അധികമായാൽ അതെല്ലാം അയൽക്കാർക്കും സുഹൃത്തുക്കൾക്കും നൽകുന്നത് അവരുടെ ശീലമാണ്. അതുകൊണ്ട് സുഹൃത്തുക്കളായ അനേകംപേർ അവരുടെ കൂടെ എപ്പോഴും ഉണ്ടാവും.

ഒരുദിവസം രാവിലെ സുന്ദരിയും ഡിങ്കിരിമോനും ചേർന്ന് സ്വന്തമായി നട്ടുവളർത്തുന്ന ചെടികളുടെ വിളവെടുപ്പ് കഴിഞ്ഞപ്പോൾ വലിയൊരു ചാക്ക് നിറയെ പലതരം കിഴങ്ങുകൾ ലഭിച്ചു. രണ്ടുപേരും ചേർന്ന് അതെല്ലാം വീട്ടിലെത്തിച്ചു. സുന്ദരിയമ്മ കിഴങ്ങുകളെല്ലാം രുചികരമായി പാകം ചെയ്തശേഷം മകനോട് പറഞ്ഞു,

'മോനേ ഡിങ്കിരി, നമുക്ക് ധാരാളം കിഴങ്ങുകൾ കിട്ടിയതുകൊണ്ട് നമ്മുടെ ബന്ധുക്കൾക്കും കൂട്ടുകാർക്കും നല്ലൊരു സദ്യ കൊടുക്കാം. നീ പോയിട്ട് അവരെയെല്ലാം വിളിച്ചിട്ട് വാ,'

'അമ്മേ, ഞാൻ അവരെയെല്ലാം വിളിച്ചിട്ട് വേഗം വരാം'

'ശരി മോനേ'

കിഴങ്ങ്സദ്യ കഴിക്കാൻ പുല്ലാഞ്ഞിക്കാട്ടിലുള്ള സുഹൃത്തുക്കളെയും ബന്ധുക്കളെയും ക്ഷണിക്കാൻ വേണ്ടി ഡിങ്കിരിമോൻ വീട്ടിൽനിന്നും ഇറങ്ങി ഇടവഴിയിലൂടെ നടന്നു. അവൻ പോകുന്നത് സുന്ദരിയമ്മ നോക്കിനിന്നു.

പുല്ലാഞ്ഞിക്കാട്ടിലെ മരങ്ങളെനോക്കി പതുക്കെ നടക്കുമ്പോൾ ഡിങ്കിരിമോന് ഒരു സൂത്രം തോന്നി. ധാരാളം പേർ ഒന്നിച്ച് വീട്ടിലെത്തിച്ചേ

രാൻ അവനത് പ്രയോഗിച്ചു. വഴിയരികിലെ ഉയരമുള്ള കുന്നിനുമുക ളിൽ കയറിയ ഡിങ്കിരി ഉച്ചത്തിൽ വിളിച്ചുകൂവി,

'ഓടിവായേ,, ഞങ്ങളെ വീടിന് തീപ്പിടിച്ചു. രക്ഷിക്കണേ, രക്ഷിക്ക ണേ,,'

ഡിങ്കിരിയുടെ കരച്ചിൽ കേട്ട് അനേകം പേർ ഓടിവന്നു. ഓടിയെ ത്തിയവർ വീടിനെ സമീപിച്ചപ്പോൾ തീപ്പിടിച്ചു എന്ന് വിളിച്ചുകൂവിയ വീടിനുമുന്നിൽ ചിരിച്ചുകൊണ്ട് എല്ലാവരെയും സ്വീകരിക്കുന്ന സുന്ദരി യമ്മയെ ആണ് കണ്ടത്. വീട്ടിലേക്ക് ധാരാളം പേർ ഓടിവരുന്നത് കണ്ട പ്പോൾ പെട്ടെന്നുതന്നെ അകത്തുപോയ അമ്മ അവർക്കെല്ലാം കിഴങ്ങ് വിളമ്പിക്കൊടുത്തു. വീടിന് തീപ്പിടിച്ചിട്ടില്ലെന്ന് അറിഞ്ഞ് സന്തോഷിച്ച് അവരെല്ലാം സദ്യ കഴിച്ചശേഷം തിരിച്ചുപോയി.

ധാരാളം പേർ വീട്ടിൽവന്ന് വയറുനിറയെ ഭക്ഷണം കഴിച്ചപ്പോൾ ര ണ്ടുപേർക്കും സന്തോഷമായി. അപ്പോൾ സുന്ദരിയമ്മ വീട്ടിൽ വന്നവ രെക്കുറിച്ച് മകനോട് ചോദിച്ചു,

'നീയെന്താ ചെയ്തത്? സദ്യ കഴിക്കാൻ നമ്മുടെ ബന്ധുക്കളെയും കൂട്ടുകാരെയും വിളിക്കാനല്ലേ ഞാൻ പറഞ്ഞത്. എന്നിട്ട് ഇവിടെ വന്ന വരെല്ലാം എനിക്കോ നിനക്കോ പരിചയം ഇല്ലാത്തവർ ആണല്ലോ?'

'അമ്മേ, ഇപ്പോൾ സദ്യ കഴിച്ച് പോയവരാണ് നമ്മുടെ ബന്ധുക്കളും കൂട്ടുകാരും. നമ്മുടെ വീടിന് തീപ്പിടിച്ചു എന്ന്, ഞാൻ വിളിച്ചു കൂവിയ പ്പോൾ ഓടിവന്നത് ഇക്കൂട്ടരാണ്. അപകടം ഉണ്ടെന്ന് കേട്ടാൽ ഓടിവന്ന് സഹായിക്കാൻ തയ്യാറുള്ളവരെയാണ് നമുക്ക് വേണ്ടത്. അല്ലാതെ തി ന്നാൻ മാത്രം വരുന്നവരെയല്ല.'

ഡിങ്കിരിമോൻ പറഞ്ഞതു കെട്ടപ്പോൾ സുന്ദരിയമ്മ സന്തോഷിച്ചു. അതിഥികൾ വയറുനിറയെ ഭക്ഷണം കഴിച്ചതിൽ അമ്മയും മകനും സം തൃപ്തരായി. ബാക്കിയുള്ള ഭക്ഷണം രണ്ടുപേരും കഴിച്ചിട്ട് ചെടികൾ നടാൻ വേണ്ടി കൃഷിസ്ഥലലേക്ക് നടന്നു.

****

ഈനാംപേച്ചിയുടെ ഉരുണ്ടുകളി

മണിമലക്കാട്ടിലെ പഞ്ചാരക്കുന്നിൽ പാർക്കുന്ന കരിമ്പുലി സന്ധ്യാനേരത്ത് ഉണർന്നപ്പോൾ കണികണ്ടത് ഈനാംപേച്ചിയെ ആണ്. ഈനാംപേച്ചികൾ കാട്ടിലുണ്ടെന്ന് അറിയാമെങ്കിലും വെളിച്ചം മങ്ങിത്തുടങ്ങിയ സന്ധ്യാനേരത്ത് ഇത്രയും അരികിലായി കാണുന്നത് ആദ്യമായാണ്. ഉടുമ്പിന്റെയും മുതലക്കുഞ്ഞിന്റെയും മുഖസാദൃശ്യമുള്ള അവനെ കണ്ടപ്പോൾ കരിമ്പുലിയൊന്ന് ഞെട്ടി.

ഈനാംപേച്ചിയുടെ ദേഹം നിറയെ കട്ടിയുള്ള ശൽക്കങ്ങളാണ്. അവയെല്ലാം ഒന്നിനു മുകളിൽ മറ്റൊന്ന് എന്ന ക്രമത്തിൽ അടുക്കി വെച്ചതിനാൽ അടികൊണ്ടാലും വെട്ടിമുറിച്ചാലും പെട്ടെന്ന് പോറലേൽക്കില്ല. തലയുടെയും നാല് കാലുകളുടെയും വാലിന്റെയും അറ്റം വരെയുള്ള ശൽക്കങ്ങൾ ഒന്നിച്ചു ചേർന്നാൽ കട്ടിയുള്ള തോട് ആയി മാറും. മുൻകാലിന്റെ അറ്റത്തുള്ള വളഞ്ഞ നഖങ്ങൾകൊണ്ട് പരിസരം മറന്ന് ചിതൽപ്പുറ്റ് ചികയുകയാണവൾ. ആ നേരത്ത് മണ്ണിൽനിന്നും പുറത്തുവരുന്ന ചിതലുകളെ കൂർത്ത തലയുടെ അറ്റത്തുള്ള വായ തുറന്ന് നീളമുള്ള നാവ് പുറത്തേക്കിട്ടപ്പോൾ ഒട്ടിപ്പിടിച്ചത് നുണഞ്ഞ് തിന്നുകയാണ്. അതിനാൽ കരിമ്പുലി അരികിലെത്തിയ കാര്യം കക്ഷി അറിഞ്ഞതേയില്ല. രാത്രീഞ്ചരന്മാരായ രണ്ടുപേരും ആഹാരം തേടി ഇറങ്ങിയത് ശരിക്കും ഇരുട്ടുന്നതിനു മുൻപാണ്.

ഈനാംപേച്ചി ആകെ വെപ്രാളത്തിലാണ്. കാഞ്ഞിരക്കുറ്റിയുടെ പൊത്തിനകത്ത് രണ്ട് ദിവസം മുൻപാണ് അവൾ പ്രസവിച്ചത്. കണ്ണു തുറക്കാത്ത കുഞ്ഞിന് പാല് കൊടുക്കണമെങ്കിൽ അമ്മ വല്ലതും തിന്നണം. പ്രസവിച്ച ക്ഷീണം കാരണം ഇപ്പോഴാണ് പുറത്തിറങ്ങിയത്. ഉറുമ്പുതീനിയെന്ന് വിളിക്കാറുണ്ടെങ്കിലും ചിതലുകളെയാണ് കൂടുതൽ ഇഷ്ടം. തൊട്ടുമുന്നിൽ വലിയൊരു ചിതൽപ്പുറ്റ് കണ്ടപ്പോൾ സന്തോഷമായി. ഇഷ്ടം പോലെ തിന്നാനുണ്ട്.

ഇരുട്ടിന് കട്ടി കൂടിയാൽമാത്രം ഗുഹയിൽനിന്നും വെളിയിലിറങ്ങു

ന്ന ശീലമാണ് കരിമ്പുലിയുടേത്. തലേദിവസം ഭക്ഷണമൊന്നും കിട്ടാതെ വിശന്നതിനാൽ ഇന്ന് നേരത്തെ ഇറങ്ങിയതാണ്. 'നേരത്തെ ഉണരുന്നവന് കൂടുതൽ ഭക്ഷണം കിട്ടും' എന്നല്ലേ പറയുന്നത്. വിശന്നിരിക്കുന്ന രണ്ട് പിള്ളേരുടെ അമ്മയായതു കൊണ്ടാണ് പകലുറക്കക്കാരൻ കരിമ്പുലി നേരത്തെ ഇരതേടി ഇറങ്ങിയത്. അവൾ കൊണ്ടുവരുന്ന ഇരയെകൊന്ന് പച്ചയിറച്ചി തിന്നാൻവേണ്ടി പഞ്ചാരക്കുന്നിലെ ഗുഹയിൽ മക്കൾ കാത്തിരിക്കുന്നുണ്ട്.

മുൻകാലുകൾകൊണ്ട് ചിതൽപ്പുറ്റ് ഇളക്കുമ്പോൾ പുറത്തുചാടുന്ന ഓരോ ചിതലിനെയും പരിസരം മറന്നുകൊണ്ട് തിന്നുന്ന ഈനാംപേച്ചിയാവട്ടെ ഇന്നത്തെ ഭക്ഷണമെന്ന് കരിമ്പുലി തീരുമാനിച്ചു. പുറത്തെ കട്ടിയുള്ള ചിതമ്പലുകളെല്ലാം പുലിനഖം കൊണ്ട് അടർത്തിമാറ്റിയാൽ ഇറച്ചി മക്കൾക്ക് തിന്നാമല്ലോ. ഇതിലും ഉറപ്പുള്ള ആമയുടെ തോട് പൊട്ടിച്ചു തിന്നവളാണ് തന്റെ അമ്മൂമ്മയായ ചീനിയമ്മ പുലി. ഒച്ചയാക്കാതെ ചിതൽപ്പുറ്റിന്റെ അരികിലെത്തിയപ്പോൾ ഒരു നിമിഷം, ഈനാംപേച്ചി തിരിഞ്ഞുനോക്കി.

പിന്നെ.. പെട്ടെന്നാണത് സംഭവിച്ചത്.

അവളുടെ തലയും നാലുകാലും വളഞ്ഞ് ഉടലിനോട് ചേർന്നു, അതിനുമേലേ നീണ്ടവാൽ വളഞ്ഞ് മറ്റു ഭാഗങ്ങൾക്കു മുകളിലൊരു കവചമായി പറ്റിച്ചേർന്നു. അടുത്തനിമിഷം കരിമ്പുലി കണ്ടത്, ഈനാംപേച്ചി നിന്നയിടത്ത് പന്ത് പോലെ ഉരുണ്ട സാധനം!

അവളാകെ ഞെട്ടി. അല്പം മുൻപ് വരെ കണ്ടുകൊണ്ടിരുന്ന നാൽക്കാലി ജന്തുവിന് ഇപ്പോൾ തലയില്ല, കാലില്ല, വാലില്ല. ഇതെന്തൊരു മറിമായം!

മുന്നിലുള്ള പന്തിനെ കരിമ്പുലിയൊന്ന് മണപ്പിച്ചശേഷം തൊട്ടുനോക്കി. അപ്പോഴിത് ഈനാംപേച്ചിയുടെ സൂത്രം തന്നെ. ഇങ്ങനെ ആൾമാറാട്ടം നടത്തിയാലൊന്നും കരിമ്പുലിയെ തോൽപിക്കാനാവില്ല മക്കളേ,, അവളാദ്യം പന്തിനെ കടിച്ചുപൊട്ടിക്കാൻ ശ്രമിച്ചു,, അയ്യോ,, ഒരു പല്ല് പോയെന്നാ തോന്നിയത്; എന്തൊരു ഉറപ്പാണ്? അവസാനം വലതുകൈ കൊണ്ട് ഒറ്റയടി,, 'ഊഷ്ഷ്',, പാറപ്പുറത്ത് അടിച്ചതുപോലെ കൈ വേദനിച്ചു. രണ്ടാമത് അടിക്കാൻ ഓങ്ങിയപ്പോൾ പന്ത് വലിയ ശബ്ദത്തോടെ ഉരുളാൻ തുടങ്ങി. പേടിച്ചുവിറച്ച പുലി ഓടിക്കയറിയ കാട്ടുമരത്തിൽനിന്നും സന്ധ്യാനേരത്ത് മഞ്ചലൊരുക്കി ഉറങ്ങാൻ കിടന്നിരുന്ന അഞ്ചാറ് കുരങ്ങന്മാർ 'പൊത്തോ' 'പൊത്തോ' എന്ന് താഴേക്ക് വീണപ്പോൾ കാര്യമറിയാതെ അവരെല്ലാം വാൽപൊക്കിക്കൊണ്ട് ഉച്ചത്തിൽ കരഞ്ഞും

കൂവിയും കാട്ടിലാകെ ഓടി.

കൂട്ടത്തിലൊരു കുട്ടിക്കുരങ്ങൻ വീണത് ശരിക്കും ഈനാംപേച്ചിയുടെ പുറത്താണ്. അവന്റെ വലതുകാൽ ഒടിഞ്ഞെങ്കിലും നിലവിളിച്ചുകൊണ്ട് കൂട്ടുകാരുടെ ഒപ്പം ഓടാൻ തുടങ്ങിയപ്പോൾ വാലറ്റം ഈനാംപേച്ചിയുടെ ശൽക്കങ്ങൾക്കിടയിൽ കുരുങ്ങി. കുരങ്ങന്റെ ഓട്ടത്തിനൊപ്പം ഈനാംപേച്ചി പന്ത് 'ടക്ക്, ടക്ക്, ടക്ക്' എന്ന് ഉച്ചത്തിൽ ശബ്ദമുണ്ടാക്കി ഉരുളുന്നതുകേട്ട് മറ്റു കുരങ്ങന്മാരുടെ ഭയം ഇരട്ടിച്ചു. സൂര്യൻ അസ്തമിച്ച് കാട്ടിലാകെ ഇരുട്ട് പരന്നതിനാൽ കണ്ണുകാണാത്ത കുരങ്ങന്മാർ ഓടിയപ്പോൾ വഴിയിലുള്ളവരെ ചവിട്ടിയിട്ട് ആകെ ബഹളമായി. കുട്ടിക്കുരങ്ങൻ പേടിച്ചുവിറച്ച് മൂന്നുകാലിൽ ഓടിയെങ്കിലും വാലിലെ കുരുക്ക് അഴിഞ്ഞതേയില്ല. ഈനാംപേച്ചിയെ കിട്ടിയില്ലെങ്കിൽ കുരങ്ങനെ കിട്ടിയാലും മതിയെന്ന് പറഞ്ഞ് കരിമ്പുലി അപ്പോഴും അവരുടെ പിന്നാലെ ഉണ്ടായിരുന്നു.

കാടിന്റെ തെക്കേയറ്റത്തുള്ള തുറന്ന സ്ഥലത്ത് എത്തിയപ്പോൾ ഓട്ടം നിർത്തിയ കുട്ടിക്കുരങ്ങൻ ഒരിടത്തിരുന്ന് വാലിൽ കുരുങ്ങിയ സാധനത്തെ പരിശോധിക്കാൻ തുടങ്ങി. സ്വന്തം വാൽ വളച്ചുപിടിച്ചപ്പോൾ അറ്റത്ത് കുരുങ്ങിയ പുത്തൻ പന്തിനെ കണ്ട് അവനാകെ അന്തം വിട്ടു. ജനിച്ചിട്ട് ഇതുവരെ കാണാത്ത ഈ വസ്തു എന്താണെന്ന് പിടികിട്ടാത്ത കുരങ്ങൻ നാല് കാലുകൾ കൊണ്ടും അതിനെ പിടിച്ചുവലിച്ചപ്പോൾ,,

'ഠിഷിം',,

കുട്ടിക്കുരങ്ങന്റെ മുറിഞ്ഞ വാലിന്റെ അറ്റത്തോടൊപ്പം ഈനാംപേച്ചി പന്ത് അകലേക്ക് തെറിച്ചുപോയി. വാല് മുറിഞ്ഞ കുരങ്ങനാവട്ടേ, രാത്രിനേരത്ത് കാട്ടിൽ സുഖമായി ഉറങ്ങുന്നവരെ മൊത്തം ഞെട്ടിച്ചുകൊണ്ട് നിലവിളിച്ചു,,

'ഹൈയോാ,, ഹൂയെന്റമ്മോാ'

ആകാശത്തേക്ക് ഉയർന്ന ഈനാംപേച്ചി പന്ത് താഴോട്ട് പതിച്ചത് നീലൻകടുവയും ഭാര്യ മിന്നിക്കടുവയും ചേർന്ന് ഭക്ഷണം കഴിക്കുന്നതിന്റെ ഇടയിൽ. അന്നുരാവിലെ വിവാഹിതനായ നീലൻ വലിയൊരു കാട്ടുപോത്തിനെ കൊന്ന് പുതുമണവാട്ടിക്ക് സദ്യ കൊടുക്കുന്ന നേരത്താണ് വലിയ ശബ്ദത്തിൽ പുതിയൊരു വസ്തു മുന്നിൽ പതിച്ചത്. സ്നേഹ പ്രകടനത്തിനും ഭക്ഷണത്തിനും ഇടയിൽ ബോംബ് പോലെയുള്ള സാധനം പതിച്ചപ്പോൾ ഭയന്നുവിറച്ച മിന്നി പുതിയ ഭർത്താവിനെ ഉപേക്ഷിച്ച് ഒരൊറ്റ ഓട്ടത്തിന് സമീപമുള്ള പുഴയിൽ ചാടി നീന്തിയിട്ട് അക്കരയിലേക്ക് ഓടിക്കയറി രക്ഷപ്പെട്ടു.

മലയണ്ണാന്റെ സെൽഫി

ഭാര്യ പോയതിലുള്ള ദേഷ്യംകൊണ്ട് കണ്ണുകാണാതായ നീലൻകടുവ മുന്നിലുള്ള പന്തിനെ അടിച്ചു തെറിപ്പിച്ചു. ആകാശത്തേക്കുയർന്ന് കുറേദൂരം സഞ്ചരിച്ച പന്ത് താഴെവീണത് വളരെ കൃത്യമായി കാഞ്ഞിരക്കുറ്റിയുടെ പൊത്തിന് സമീപം. സ്വന്തം വീടിനരികിൽ എത്തിയെന്ന് തിരിച്ചറിഞ്ഞ ഈനാംപേച്ചി ആദ്യം വാലും പിന്നെ കാലുകളും ഒടുവിൽ തലയും നിവർത്തിയിട്ട് ചുറ്റും നോക്കി. പരിസരത്ത് ആരുമില്ലെന്ന് ഉറപ്പായപ്പോൾ അവൾ സ്വന്തം മാളത്തിൽ കടന്ന് കുഞ്ഞിന് പാല് കൊടുക്കാൻ തുടങ്ങി.

****

ചുട്ടിത്താറാവും കടൽപ്പരുന്തും

ചുട്ടിത്താറാവും ആറ് മക്കളും താമസിച്ചത് കടപ്പുറംചാലിൽ പീച്ച ത്തോടിന്റെ കരയിലുള്ള മരങ്ങളുടെ ഇടയിലാണ്. പടിഞ്ഞാറ് അറബി ക്കടലും കിഴക്ക് ചേരണി വയലും തെക്ക് പീച്ചത്തോടും വടക്ക് തെ ങ്ങിൻതോപ്പും ഒരേസമയം കാണാൻ കഴിയുന്നയിടത്ത് അവരുടെ ജീ വിതം വളരെ രസകരമാണ്.

രാവിലെ ഉണർന്ന് കൂട്ടിൽനിന്നും മക്കളോടൊപ്പം തോട്ടിലെ വെള്ള ത്തിൽ മുങ്ങി മീനുകളെ പിടിച്ച് തിന്നുകൊണ്ടാണ് ചുട്ടിത്താറാവിന്റെ ദിവസം തുടങ്ങുന്നത്. ധാരാളം വെള്ളം ഒഴുകുന്ന തോട്ടിൽ ധാരാളം മീ നുകൾ ലഭ്യമായതിനാൽ ഭക്ഷണത്തിന് ക്ഷാമം ഉണ്ടാകാറില്ല. ചില പ്പോൾ മറ്റുള്ള പക്ഷികളും അവരോടൊപ്പം ഉണ്ടാവും.

ഒരുദിവസം രാവിലെ ചുട്ടിത്താറാവും മക്കളും പീച്ചത്തോട്ടിൽ മു ങ്ങിയിട്ട് പൊങ്ങുമ്പോൾ അവരുടെ സമീപത്ത് ആകാശത്തുനിന്നും ഒരു കടൽപ്പരുന്ത് വീഴുന്നത് കണ്ടു. ഞെട്ടിപ്പോയ അമ്മയും മക്കളും അടു ത്തുവന്ന് നോക്കിയപ്പോൾ പരുന്തിന്റെ ചിറകിന് ചെറിയൊരു മുറിവ് ഉ ള്ളതായി കാണപ്പെട്ടു. വേദനകൊണ്ട് കരയുന്നവന്റെ മുറിവിൽ മരുന്ന് ചെടിയുടെ ഇലകൾ പിഴിഞ്ഞ ചാറ് പുരട്ടിയശേഷം താറാവ് ചോദിച്ചു,

'ആകാശത്തുനിന്നും എന്താണ് പറ്റിയത്?'

'എന്റെ സഹോദരീ, നീ നല്ലവളാണ്,, മുറിവിൽ മരുന്ന് പുരട്ടിയതിന് നന്ദി. ആകാശത്ത് പറന്നു കളിക്കുമ്പോൾ സ്നേഹിതനാണെന്ന് വിശ്വ സിച്ചിരുന്ന ഒരുത്തനെന്നെ കൊല്ലാൻ ശ്രമിച്ചു. അവന്റെ ആക്രമണത്തിൽ നിന്നും ഞാൻ രക്ഷപ്പെട്ടത് ഭാഗ്യം'

'മുറിവ് സുഖപ്പെടുന്നതുവരെ ഞങ്ങളോടൊപ്പം കൂടിക്കോ, ഭക്ഷണ മൊക്കെ തരാം'

അതിനുശേഷം എല്ലാവരും പീച്ചത്തോട്ടിൽ ഇറങ്ങിയിട്ട് ഓരോ മീ നുകളെ പിടിച്ച് കടൽപ്പരുന്തിന് നൽകി. വേദന മാറിയ പരുന്ത് താറാവി ന്റെ കൊക്കിലുള്ള മീനുകളെയെല്ലാം തിന്നുകൊണ്ട് അവരോട് നന്ദിപ

റഞ്ഞു.

വിശപ്പും വേദനയും മാറിയ കടൽപ്പരുന്തിന് കിടക്കാനായി പുളിമരത്തിന്റെ ചുവട്ടിൽ ഇലകൾകൊണ്ട് നല്ലൊരു മെത്തയുണ്ടാക്കി. അവിടെകിടന്ന് വിശ്രമിക്കാൻ പറഞ്ഞശേഷം അമ്മയും മക്കളും ആഹാരം തേടാനായി തോട്ടിൻകരയിലേക്ക് പോയി. ക്ഷീണം കാരണം കിടന്ന ഉടനെ പരുന്തിന് ഉറക്കം വന്നു.

വളരെനേരം കഴിഞ്ഞ് ഉറക്കം ഞെട്ടിയ കടൽപ്പരുന്തിന് വേദന കുറഞ്ഞെങ്കിലും ചിറകിലുള്ള മുറിവ്കാരണം പറക്കാൻ കഴിഞ്ഞില്ല. അവന്റെ വിഷമം കണ്ടപ്പോൾ താറാവമ്മ പറഞ്ഞു,

'താങ്കൾക്ക് നന്നായി പറക്കാൻ കഴിയുന്നതുവരെ ഇവിടെ താമസിക്കാം. ഞാനും മക്കളും ചേർന്ന് ഭക്ഷണമെല്ലാം ഇവിടെ എത്തിക്കാം'

അങ്ങനെയാണ് കടൽപ്പരുന്ത് ചുട്ടിത്താറാവിനൊപ്പം താമസിക്കാൻ തുടങ്ങിയത്. അവനുവേണ്ടി താറാവമ്മയും മക്കളും പീച്ചത്തോട്ടിലിറങ്ങി ധാരാളം മത്സ്യങ്ങളെ പിടിച്ചു.

ഏതാനും ദിവസം കഴിഞ്ഞപ്പോൾ കടൽപ്പരുന്തിന്റെ മുറിവുകൾ സുഖപ്പെട്ടു. ധാരാളം ഭക്ഷണവും വിശ്രമവും ആയപ്പോൾ ആരോഗ്യം മെച്ചപ്പെട്ടതോടെ പുതിയ തൂവലുകൾ മുളച്ചു. അതോടെ നന്നായി പറക്കാൻ കഴിയുമെന്ന അവസ്ഥയിൽ ആയെങ്കിലും അവൻ പറന്നു പൊങ്ങുകയോ സ്വന്തമായി ആഹാരം തേടുകയോ ചെയ്തില്ല. താറാവമ്മയും മക്കളും മടിയനായ കടൽപ്പരുന്തിന് ഭക്ഷണം കൊടുക്കാനായി നിരന്തരം അദ്ധ്വാനിച്ചു.

എല്ലാദിവസവും മത്സ്യങ്ങളെ മാത്രം തിന്നുന്ന കടൽപ്പരുന്തിന് ആഹാരത്തോട് മടുപ്പ് തോന്നാൻ തുടങ്ങി. മത്സ്യങ്ങൾ അല്ലാതെ മറ്റെന്തെങ്കിലും ഭക്ഷിക്കണമെന്ന കൊതി സഹിക്കാതായപ്പോൾ ഒരു ദിവസം അവനൊരു ക്രൂരകൃത്യം ചെയ്തു. മറ്റുള്ളവർ ഉണരുന്നതിന് മുൻപെ എഴുന്നേറ്റ പരുന്ത് താറാവമ്മയുടെ കുഞ്ഞുങ്ങളിൽ ഒന്നിനെ കൊന്ന് തിന്നു. അതിനുശേഷം ഒന്നും അറിയാത്തമട്ടിൽ ഉറങ്ങാൻ തുടങ്ങി.

പതിവുപോലെ രാവിലെ ഉണർന്ന ചുട്ടിത്താറാവ് മക്കളെയെല്ലാം വിളിച്ചപ്പോൾ അഞ്ച് കുഞ്ഞുങ്ങൾ മാത്രം. അവളാകെ ഞെട്ടിയിട്ട് ഉച്ചത്തിൽ കരഞ്ഞപ്പോൾ കടൽപ്പരുന്തിന്റെ ഉറക്കം ഞെട്ടി. അവൻ ചോദിച്ചു.

'താറാവമ്മേ എന്തുപറ്റി?'

'എന്റെ മൂത്തമകൻ ചിന്നനെ കാണാനില്ല'

'അവൻ നേരത്തേ ഉണർന്ന് മീൻപിടിക്കാൻ പോയിട്ടുണ്ടാവും'

താറാവമ്മക്ക് കേട്ടത് വിശ്വസിക്കാനേ കഴിഞ്ഞില്ല. അവന്റെ മുഖഭാ

വത്തിൽ നിന്നും കള്ളത്തരം അറിയാൻ കഴിഞ്ഞ അമ്മക്ക് സങ്കടം വന്നു. എങ്കിലും ഒന്നും അറിയാത്ത മട്ടിൽ മറ്റുള്ള മക്കളെയും വിളിച്ചുകൊണ്ട് ചുട്ടിത്താറാവ് പീച്ചത്തോടിന് നേരെ നടന്നു. വെള്ളത്തിൽ ഇറങ്ങാൻനേരത്ത് കൂട്ടത്തിൽ കുഞ്ഞിയായ ചിന്നുമോൾ ചോദിച്ചു,

'അമ്മേ, നമ്മളെങ്ങോട്ടാ പോകുന്നത്?'

'എന്റെ പൊന്നുമക്കളേ, വിശ്വസിക്കുന്നവർ ചതിക്കുമ്പോൾ അവരെ ഒഴിവാക്കണം. നമ്മുടെ ശത്രു ശക്തനാണെന്ന് അറിഞ്ഞാൽ എത്രയും പെട്ടെന്ന് രക്ഷപ്പെടണം. നമുക്ക് പീച്ചത്തോട് വഴി കിഴക്കോട്ട് സഞ്ചരിച്ച് ചേറോത്തെ കുളത്തിനരികിൽ ജീവിക്കാം. അവിടെ ആകുമ്പോൾ അകന്ന ബന്ധുക്കളായ ധാരാളം പേർ നമ്മളോടൊപ്പം ഉണ്ടാവും.'

'ശരി അമ്മേ, നമുക്കിവിടം വിട്ട് പരുന്തുകൾ ഇല്ലാത്ത മറ്റൊരിടത്ത് പോകാം'

ചുട്ടിത്താറാവും അഞ്ചു മക്കളും പീച്ചത്തോട്ടിൽ ഇറങ്ങി കിഴക്കോട്ട് നീന്താൻ തുടങ്ങി.

****

താമരയുടെ അഹങ്കാരം

കുളങ്ങരക്കണ്ടി വീട്ടുപറമ്പിലെ പുത്തൻകുളത്തിൽ ആദ്യമായാണ് താമര വളരുന്നത്. മഴപെയ്ത് വെള്ളം നിറഞ്ഞപ്പോൾ എവിടെനിന്നോ ഒഴുകിവന്ന താമരവിത്ത് മുളച്ച് കുളത്തിനടിയിലെ ചെളിയിൽ വേരൂന്നിയശേഷം ഇലകൾ വിടർന്നു. വൃത്താകൃതിയിലുള്ള താമരയിലകൾ ഓരോന്നായി വെള്ളത്തിന് മുകളിലേക്കുയർന്ന് തുറന്നുവെച്ച കുടപോലെ ഓളങ്ങളുടെ ഒഴുക്കിനോടൊപ്പം ചലിച്ചുതുടങ്ങി.

പുത്തൻകുളത്തിലെ മറ്റുള്ള ചെടികളെല്ലാം ആദ്യമായാണ് താമരയെ കാണുന്നത്. ആശ്ചര്യത്തോടെ എല്ലാവരും നോക്കുന്നത് കണ്ടപ്പോൾ താമരക്ക് സന്തോഷമായി. നെയ്യാമ്പൽ, കുളവാഴ, കരിങ്കൂവളം, ആമ്പൽ, ജലനീലി, പിസ്റ്റിയ, മുള്ളൻപായൽ, മാങ്ങനാറി തുടങ്ങിയ ചെടികളോടൊപ്പം ഏറ്റവും ചെറിയ ജലസസ്യമായ വുൾഫിയ വരെ ഒട്ടൊരു ബഹുമാനത്തോടെയാണ് താമരയെ നോക്കിയത്. വൃത്താകൃതിയിൽ തിളക്കമുള്ള വലിയ ഇലകൾ വെള്ളത്തിനു മുകളിൽ പരന്നുകിടന്ന് പതുക്കെ ചലിക്കുമ്പോൾ കൗതുകത്തോടെ പൂമ്പാറ്റകളും തുമ്പികളും തവളകളും ഈച്ചകളും അതിൽ വന്നിരുന്നു.

ദിവസങ്ങൾ ഓരോന്നായി കഴിഞ്ഞപ്പോൾ താമരച്ചെടിക്ക് അഹങ്കാരം വർദ്ധിക്കാൻ തുടങ്ങി. കുളക്കരയിലൂടെ നടന്നുപോകുന്ന എല്ലാവരും മറ്റുള്ള ചെടികളെയെല്ലാം അവഗണിച്ച് താമരയെ മാത്രമാണ് ശ്രദ്ധിക്കുന്നത്. അതു കണ്ടപ്പോൾ ചുറ്റുമുള്ള മറ്റു ചെടികളെക്കാൾ സൌന്ദര്യവും കഴിവുകളും തനിക്കുണ്ടെന്ന് അവൾ വിശ്വസിച്ചു. ക്രമേണ വെള്ളത്തിനടിയിലെ കാണ്ഡത്തിൽ നിന്നും ചെറിയൊരു പൂമൊട്ട് പ്രത്യക്ഷപ്പെട്ടു. അപ്പോൾ താമര മറ്റുള്ള ചെടികളോട് പറഞ്ഞു,

'എന്നെ നോക്കിയാട്ടെ,, നിങ്ങളെക്കാൾ എത്രയോ ഭംഗിയും വലിപ്പവും ഉള്ള ഇലകളാണ് എനിക്കുള്ളത്. ഏത്രയെത്ര ജീവികളാണ് എന്റെ ഇലയിൽ വന്നിരിക്കുന്നത്? ഇനിയെന്റെ പൂവ് വിടരുമ്പോൾ അത് കാണാനായി അനേകം ആളുകൾ വരും. നിങ്ങളൊക്കെ ഒരു ഭംഗിയും

ഇല്ലാത്ത വെറും തൃണങ്ങൾ'

താമര പറയുന്നത് കേട്ടപ്പോൾ മറ്റു ചെടികൾക്ക് സങ്കടമായി. അവയുടെ ഇലകൾ വാടാൻ തുടങ്ങിയപ്പോൾ ആമ്പൽ പറഞ്ഞു,

'കൂട്ടുകാരെ, ഞാനും അവളും ഒരേ കുടുംബക്കാരാണ്. അവളെന്തെങ്കിലും പറയുന്നുണ്ടെങ്കിൽ ഞങ്ങൾക്ക് ശ്രദ്ധിക്കാതിരുന്നാൽ പോരേ? പുതിയതായി ഇവിടെ വന്നവളല്ലേ; പാവം'

അതിനുശേഷം താമര എന്ത് മണ്ടത്തരം പറഞ്ഞാലും മറ്റുള്ള ചെടികൾ മിണ്ടാതെ തലയാട്ടുന്നത് പതിവാക്കി.

ഏതാനും ദിവസം കഴിഞ്ഞപ്പോൾ കാലവർഷത്തിന്റെ തുടക്കമായി. കാറ്റിന്റെയും ഇടിമിന്നലിന്റെയും അകമ്പടിയോടെ മഴ പെയ്യാൻ തുടങ്ങി. മഴയുടെ വരവോടെ പുത്തൻകുളത്തിൽ വെള്ളം നിറയാൻ തുടങ്ങി. മൂന്നുദിവസം നിർത്താതെ മഴ പെയ്തപ്പോൾ കുളത്തിലെ ജലനിരപ്പ് പെട്ടെന്ന് ഉയരാൻ തുടങ്ങിയതോടെ വെള്ളത്തിൽ വളരുന്ന ചെടികളുടെ ഇലകളെല്ലാം വെള്ളത്തിനടിയിൽ ആയി. എന്നാൽ നമ്മുടെ താമരയോ?

താമര വെള്ളത്തിനടിയിൽ താഴാൻ തയ്യാറായില്ല; വെള്ളം ഉയരുന്നതിനൊപ്പം താമരയിലയുടെ തണ്ടിന്റെ നീളം കൂടി. ഇലയുടെ തണ്ട് വളർന്നതിനാൽ കുളത്തിലെ വെള്ളത്തിനു മുകളിൽ താമരയിലകൾ മാത്രം കാണപ്പെട്ടു. ആ നേരത്ത് മറ്റു ചെടികളെല്ലാം വെള്ളത്തിനടിയിൽ മിണ്ടാതെ കിടക്കുകയാണ്.

രണ്ടുദിവസം കഴിഞ്ഞപ്പോൾ മഴയുടെ ശക്തി കുറഞ്ഞു. മാനം തെളിഞ്ഞതോടെ സൂര്യൻ ഭൂമിയിലേക്ക് എത്തിനോക്കാൻ തുടങ്ങി. പുത്തൻകുളത്തിലെ വെള്ളം താഴാൻ തുടങ്ങിയപ്പോൾ വെള്ളത്തിന്റെ അടിയിലായ ചെടികളെല്ലാം ജലനിരപ്പിൽ എത്തിച്ചേർന്നു. നെയ്യാമ്പലും പൂത്താലിയും സൂര്യനെ നോക്കി ചിരിക്കാൻ തുടങ്ങി. താമരയുടെ ഇലകൾ വെള്ളത്തോടൊപ്പം താഴാൻ തുടങ്ങിയപ്പോൾ നീളം കൂടിയ തണ്ടുകൾ ചുരുങ്ങാത്തതുകൊണ്ട് നിവർന്നു നിൽക്കാൻ കഴിയാതെ വെള്ളത്തിൽ മടങ്ങി ഒടിഞ്ഞു വീണു. മറ്റുചെടികളെല്ലാം ചിരിക്കുകയും വെള്ളത്തിലാടുകയും ചെയ്യുമ്പോൾ നിവർന്നു നിൽക്കാനാവാതെ താമര നാണക്കേടുകൊണ്ട് ഇലതാഴ്ത്തി.

****

മുയലിന്റെ കുസൃതികൾ

അച്ഛനും അമ്മയും പറയുന്നത് അനുസരിക്കാത്തവനാണ് കുസൃതിക്കാരനായ കുട്ടൻ മുയൽ. അവൻ പഠിക്കുന്ന മഞ്ചാടിമല എൽ.പി. സ്കൂളിലെ കുട്ടികളെല്ലാം കുട്ടനോട് കൂട്ടുകൂടാൻ ശ്രമിക്കാറുണ്ടെങ്കിലും മറ്റുള്ളവരോട് അവനൊരിക്കലും അടുപ്പം കാണിക്കാറില്ല. സഹപാഠികളുടെ കൈയിൽ പുതിയതായി എന്തെങ്കിലും കൗതുകവസ്തുക്കൾ കണ്ടാൽ അതെല്ലാം കുട്ടൻ പിടിച്ചെടുക്കും. എന്നാൽ അവന്റേതായ ഒന്നും മറ്റുള്ളവരെ നോക്കാനോ തൊടാനോ അനുവദിക്കാറില്ല.

മഞ്ചാടിക്കുന്നിന്റെ താഴ്‌വരയിലുള്ള മൈതാനത്തിന്റെ തെക്കുവശത്തുകൂടി ഒഴുകുന്ന അരുവിയുടെ കരയിലാണ് മാതാപിതാക്കളോടൊപ്പം കുട്ടൻ മുയൽ താമസിക്കുന്നത്. നാട്ടിൻപുറത്തുള്ള മഞ്ചാടിമല സ്കൂളിലെ നാലാം ക്ലാസിൽ നന്നായി പഠിക്കുന്നവനാണ് കുട്ടൻ. പഠനത്തിൽ മികച്ച കുട്ടി ആയതിനാൽ അവനെന്ത് വികൃതി കാണിച്ചാലും അദ്ധ്യാപകർ ശിക്ഷിക്കാറില്ല. ഇങ്ങനെയൊക്കെ ആയതിനാൽ അവന്റെ കുസൃതികൾ പലപ്പോഴും മറ്റുള്ളവർക്ക് ഉപദ്രവമായി മാറി.

പഠിപ്പിക്കുന്ന അദ്ധ്യാപകർക്ക് പോലും പലതരം ഉപദ്രവം ചെയ്യാറുണ്ടെങ്കിലും അവനെ അടിക്കുകയോ വഴക്കു പറയുകയോ ചെയ്യാറില്ല. എല്ലാവരും കുട്ടനെ ഉപദേശിച്ച് നന്നാക്കാനാണ് പരിശ്രമിച്ചത്. എന്നാൽ ആരുടെയും ഉപദേശം കേൾക്കാത്ത കുട്ടൻ ഉപദ്രവങ്ങൾ തുടർന്നു. കുട്ടൻ മുയൽ എല്ലാ ദിവസവും സ്കൂളിൽ പോകുന്നതും വരുന്നതും കൂട്ടുകാർക്കൊപ്പമാണ്. ആ നേരത്ത് വഴിയിൽവെച്ച് പലതരം വികൃതികൾ അവൻ കാണിക്കാറുണ്ട്. പലപ്പോഴും അതെല്ലാം മറ്റുള്ളവർക്ക് ഉപദ്രവം ആയി മാറിയിരിക്കും. ധാരാളം കൂട്ടുകാരുടെ ഒപ്പം സഞ്ചരിക്കുന്ന കൂട്ടത്തിൽ ആരാണ് ചെയ്തതെന്ന് മറ്റു കുട്ടികൾക്ക് മനസ്സിലാവാറില്ല. അന്യ വീടുകളിലേക്ക് കല്ലെടുത്ത് എറിയുക, ചെറിയ കുട്ടികളെ നുള്ളി വേദനിപ്പിക്കുക, മറ്റുള്ളവരുടെ പുസ്തകങ്ങൾ വലിച്ചെറിയുക, തലയിൽ ഭാരവുമായി നടന്നു പോകുന്നവരെ കളിയാക്കുക, പ്രായം കൂടി അവശ

രായവർ നടന്നുപോകുമ്പോൾ പിന്നിൽനിന്നും തള്ളിവീഴ്ത്തുക തുടങ്ങിയ പലതും ചെയ്യുമ്പോൾ അവൻ കൈകൊട്ടി ചിരിച്ച് സന്തോഷിക്കുകയാണ് ഉണ്ടായത്.

ഒരു വെള്ളിയാഴ്ച സ്കൂൾവിട്ട നേരത്ത് കുട്ടൻ മുയൽ കൂട്ടുകാരുമൊത്ത് വീട്ടിലേക്ക് നടന്നുവരികയാണ്. എല്ലാവരും ചേർന്ന് ചിരിച്ചും കളിച്ചും ഇടവഴിയിലൂടെ നടന്നുവരുമ്പോൾ കുസൃതികൾ ഓരോന്നായി കാണിക്കാൻ തുടങ്ങി. ഇത്തവണ ചെറിയ ജന്തുക്കളെ ഉപദ്രവിക്കുന്ന പരിപാടിയാണ്. വഴിയിൽ കാണുന്ന ശലഭങ്ങളെയും ഉറുമ്പുകളെയും പുഴുക്കളെയും തുമ്പികളെയും ഈച്ചകളെയും അവൻ ചവിട്ടിയരച്ചും അടിച്ചും കൊല്ലാൻ തുടങ്ങി. ഓരോ ജീവിയും പിടഞ്ഞു ചാവുമ്പോൾ അവൻ കൈകൊട്ടി ചിരിച്ചു. ഇതെല്ലാം കാണുന്ന കൂട്ടുകാർ അവനോട് പറഞ്ഞു,

'അയ്യോ കുട്ടാ കൊല്ലല്ലേ,, കൊന്നാൽ പാപം ഉണ്ടാവും'

'ഇവരൊന്നും ജീവിക്കരുത്,, എല്ലാറ്റിനേയും ഞാൻ കൊല്ലും'

കുട്ടന്റെ മറുപടി കേട്ടപ്പോൾ അവനെ ഉപദേശിച്ചിട്ട് കാര്യമില്ലെന്ന് കൂട്ടുകാർക്ക് തോന്നി. അവരെല്ലാം കുട്ടനെ ഭയപ്പെടാൻ തുടങ്ങി.

കൂട്ടുകാർ കൊല്ലരുത് എന്ന് പറഞ്ഞപ്പോൾ അവൻ കൂടുതൽ ജീവികളെ ഓടിച്ചു പിടിച്ച് കൊല്ലാൻ തുടങ്ങി. മണ്ണിനടിയിലും മാളത്തിലും ഒളിച്ചിരിക്കുന്ന ചെറു ജീവികളെ മണ്ണ് ഇളക്കിമാറ്റി വെളിയിൽ ചാടിച്ച് കൊന്നു. അങ്ങനെ നോക്കുമ്പോഴാണ് കുട്ടനൊരു ചിലന്തിയെ കണ്ടത്. പിടിക്കാൻ ശ്രമിച്ചപ്പോൾ അത് സമീപമുള്ള ചെറിയൊരു മാളത്തിലേക്ക് കടന്നു. കുട്ടനുണ്ടോ ചിലന്തിയെ വെറുതെ വിടുന്നു,, മാളത്തിൽ കയറി രക്ഷപ്പെട്ട ചിലന്തിയെ പിടിച്ചുകൊല്ലാൻ വേണ്ടി കുട്ടൻ മണ്ണ് തുരന്നുതുടങ്ങി. കൈകൊണ്ട് മാളം വലുതാക്കിയിട്ടും ചിലന്തിയെ കണ്ടെത്താനായില്ല,, വീണ്ടും ഉള്ളിലേക്ക് കൈ കടത്തിയപ്പോൾ കൈവിരലിന് കടിയേറ്റു. വേദനിക്കുന്ന വിരൽ പെട്ടെന്ന് പുറത്തേക്ക് വലിച്ചപ്പോൾ ചോരയൊലിക്കുന്നത് കണ്ട് കുട്ടൻമുയൽ കരയാൻ തുടങ്ങി. അപ്പോഴാണ് മാളത്തിനുള്ളിൽ നിന്നും വലിയൊരു മൂർഖൻപാമ്പ് പുറത്തേക്ക് വന്ന് ഓടിപ്പോയത്. കാട്ടിലേക്ക് ഓടിപ്പോയ പാമ്പാണ് കടിച്ചതെന്ന് അറിഞ്ഞതോടെ എല്ലാവരും ഞെട്ടി.

ഉഗ്രവിഷമുള്ള പാമ്പിന്റെ കടിയേറ്റ കുട്ടൻ വേദന സഹിക്കാനാവാതെ നിലവിളിച്ച് കരയാൻ തുടങ്ങി,

'അയ്യോ,, അമ്മേ,, എന്നെ പാമ്പ് കടിച്ചേ,, എനിക്ക് വയ്യായേ, അയ്യോ'

അവന്റെ കരച്ചിൽ കേട്ട് ചുറ്റുപാടും ഉള്ളവർ ഓടിവന്ന് കാര്യം തിര

ക്കി. കൂട്ടുകാർ ഓടിപ്പോയി വിവരം കുട്ടന്റെ അച്ഛനെ അറിയിച്ചു. വിഷപ്പാമ്പ് കടിച്ചത് അറിഞ്ഞപ്പോൾ ഓടിയെത്തിയ അച്ഛൻ മുയലും കൂട്ടുകാരും ചേർന്ന് കുട്ടനെ വിഷവൈദ്യൻ ചിങ്കാരൻ ആമയുടെ വീട്ടിലെത്തിച്ചു. അപ്പോഴേക്കും ബോധം നഷ്ടപ്പെട്ട കുട്ടന്റെ മുറിവ് പരിശോധിച്ച വൈദ്യൻ വിഷം ഊറ്റിയെടുത്ത് പുറത്തു കളഞ്ഞശേഷം മരുന്നുവെച്ച് കെട്ടി.

ഏതാനും ദിവസത്തെ മരുന്നു സേവക്കും വിശ്രമത്തിനും ശേഷം കുട്ടന് ആരോഗ്യം തിരിച്ചുകിട്ടി. പതിവുപോലെ കൂട്ടുകാരോടൊപ്പം സ്കൂളിൽ പോകാൻ കഴിഞ്ഞപ്പോൾ അവനാകെ മാറിയിരുന്നു. ഇപ്പോൾ മറ്റുള്ളവരെ ഉപദ്രവിക്കുകയോ വികൃതി കാണിക്കുകയോ ചെയ്യാത്ത നല്ലൊരു കുട്ടിയാണ് കുട്ടൻ മുയൽ.

****

മലയണ്ണാന്റെ സെൽഫി

വിദേശത്ത് ജോലിചെയ്യുന്ന വിരിവാലൻ മലയണ്ണാൻ അവധിക്ക് വന്നപ്പോൾ സ്വന്തം മകൻ ചിന്നൂസിന് സമ്മാനമായി കൊണ്ടുവന്നതാണ് പുതിയ മോഡൽ മൊബൈൽ. ആഗ്രഹിച്ച തരം മൊബൈൽ കിട്ടിയതോടെ ചിന്നു മലയണ്ണാൻ സന്തോഷം കൊണ്ട് തുള്ളിച്ചാടി. സ്വന്തമായി കിട്ടിയ മൊബൈൽ ആദ്യമൊന്ന് തടവിയശേഷം തിരക്കുകൂട്ടാതെ തുറന്ന് കൂട്ടുകാരെ വിളിച്ച് സംസാരിച്ചു. പിന്നീട് ക്യാമറ തുറന്ന് സെൽഫി എടുത്തശേഷം വീട്ടിലെ എല്ലാവർക്കും ഒപ്പം ഫോട്ടോ എടുക്കുന്ന മകന്റെ സന്തോഷം കണ്ടപ്പോൾ മുന്നി അമ്മക്കും വിരിവാലൻ അച്ഛനും സന്തോഷമായി.

വാട്ട്സാപ്പും ഫെയ്സ്ബുക്കും യൂട്യൂബും കൂടാതെ പലതരം ഗെയിമുകൾ കൂടി മൊബൈലിൽ കളിക്കാമെന്ന് അറിഞ്ഞതോടെ ചിന്നൂസ് മറ്റുള്ള കാര്യങ്ങളെല്ലാം മറന്നു. അവനെടുത്ത ഫോട്ടോകളെല്ലാം കൂട്ടുകാരുമായി പങ്കുവെച്ചു. പുതിയ സെൽഫി ഫോട്ടോകൾ വാട്ട്സാപിലെ സ്റ്റാറ്റസിൽ ചേർത്തത് കണ്ടപ്പോൾ സുഹൃത്തുക്കൾ ആശ്ചര്യപ്പെട്ടു. 'മലയണ്ണാൻ കവിത' എന്നപേരിൽ ഏതാനും വരികൾ എഴുതി ഫെയ്സ്ബുക്കിൽ പോസ്റ്റ് ചെയ്തതിന് ലൈക്കുകളും കമന്റുകളും നിറയാൻ തുടങ്ങി.

രണ്ടുദിവസം കഴിഞ്ഞിട്ടും ചിന്നു മലയണ്ണാൻ കൈയിലുള്ള മൊബൈൽ താഴെവെച്ചില്ല. കറന്റ് തീർന്നാൽ ചാർജ്ജ് ചെയ്യുമ്പോൾ പോലും യൂട്യൂബ് തുറന്ന് വീഡിയോ കാണുന്നുണ്ടാവും. ഭക്ഷണം കഴിക്കുമ്പോൾ അവന്റെ ഒരു കണ്ണ് ഇടതുകൈയിലെ മൊബൈലിൽ ആയിരിക്കും. കൂട്ടുകാരോടൊപ്പം കളിക്കുന്നതും കഥകൾ പറയുന്നതും എല്ലാം മൊബൈലിലൂടെ മാത്രം. മൊബൈൽ മ്യൂസിക് കേട്ട് ഉറങ്ങാൻ കിടക്കുന്നത് ചിന്നൂസിന്റെ പുത്തൻ ശീലമാണ്. അതിനിടയിൽ വിദേശത്തു നിന്നും വന്ന അച്ഛനോട് മര്യാദക്ക് സംസാരിക്കാൻ പോലും അവന് നേ

രം കിട്ടിയില്ല.

ഏതാനും ദിവസം കഴിഞ്ഞപ്പോൾ നമ്മുടെ ചിന്നു മലയണ്ണാൻ വീടിന്റെ വെളിയിലിറങ്ങി മൊബൈലിൽ ഫോട്ടോ എടുക്കാൻ തുടങ്ങി. ക്യാമറയിൽ അവനെടുക്കുന്ന ഫോട്ടോകൾ മിക്കവാറും സെൽഫികൾ ആയിരിക്കും. വീട്ടിന്റെ ഓരോ മൂലയിലും കാടിന്റെ ഓരോ ഭാഗത്തും പോയിരുന്ന് അവനെടുത്ത സെൽഫികൾ ഫെയ്സ്ബുക്കിൽ പോസ്റ്റ് ചെയ്തപ്പോൾ കാണുന്നവർക്കെല്ലാം ആശ്ചര്യമായി. ഇത്രയും സുന്ദരനായ മലയണ്ണാനെ ആദ്യമായിട്ടാണ് പലരും കാണുന്നത്.

ചുവപ്പ് കലർന്ന തവിട്ടു നിറത്തിൽ രോമാവൃതമായ പുറവും താടി മുതൽ പിൻകാലുകളുടെ ഇടയിൽവരെ മഞ്ഞ കലർന്ന ഓറഞ്ച് നിറവും തിളങ്ങുന്ന വലിയ കണ്ണുകളും മുകളിലോട്ട് ഉയർന്നു നിൽക്കുന്ന ചെവികളും മലയണ്ണാന്റെ സൌന്ദര്യ ലക്ഷണങ്ങളാണ്. ശരീരത്തിന്റെ നീളത്തെക്കാൾ ഇരട്ടിയോളം വരുന്ന വാലിന്റെ അറ്റത്തുള്ള രോമങ്ങളിൽ തവിട്ടു നിറത്തിനിടയിൽ ഭംഗിയുള്ള പുള്ളിക്കുത്തുകൾ ഉണ്ടാവും. മരത്തിനു മുകളിൽ വിശ്രമിക്കുമ്പോഴും ഓടിക്കളിക്കുമ്പോഴും ചിത്രപ്പണികളുള്ള വാൽ താഴോട്ട് തൂങ്ങിക്കിടക്കും. ചിലനേരത്ത് നീണ്ടവാൽ കിരീടം പോലെ വളച്ച് തലക്കു മുകളിൽ ഉയർത്തി വെച്ചിരിക്കും. കാട്ടിലൂടെ സഞ്ചരിക്കുന്നവർ മലയണ്ണാനെ കാണുന്നവർ പരിസരം മറന്ന് നോക്കിനിൽക്കും. അക്കൂട്ടത്തിൽ അപൂർവ്വമായ കാഴ്ച തന്നെയാണ് നമ്മുടെ ചിന്നു മലയണ്ണാൻ.

അധികസമയവും മരത്തിൽതന്നെ ജീവിക്കുന്നവരാണ് മലയണ്ണാൻ. ചിന്നൂസ് ആണെങ്കിൽ മരത്തിനു മുകളിലൂടെ ഓടുകയും ചാടുകയും ചെയ്യുമ്പോഴും കൈയിൽ പുത്തൻ മൊബൈലുണ്ടാവും. പഴങ്ങളും തളിരിലകളും കണ്ടുപിടിച്ച് ഭക്ഷിക്കുമ്പോഴെല്ലാം അവൻ സെൽഫി ഫോട്ടോകൾ എടുക്കാൻ തുടങ്ങി. ഓരോ മരത്തിലും കയറി ഇലകളും പൂക്കളും കായകളും ചേർന്നു നിൽക്കുന്ന അവന്റെ സുന്ദരമായ മുഖത്തിന്റെ ഫോട്ടോകൾ ഫെയ്സ്ബുക്കിൽ പ്രത്യക്ഷപ്പെട്ടപ്പോൾ എല്ലാവർക്കും കൌതുകമായി. മഹാഗണി മരത്തിന്റെ ശിഖരത്തിലുള്ള സ്വന്തം വീടിനൊപ്പം അനേകം സെൽഫികൾ അവനെടുത്തു. യാത്ര പോകുമ്പോൾ മരത്തിന്റെ മുകളിലിരിക്കുന്ന സെൽഫികൾ എടുത്ത് വാട്ട്സാപിലൂടെ അയച്ചപ്പോൾ കൂട്ടുകാർക്കെല്ലാം ചിന്നൂസിനെ പെരുത്ത് ഇഷ്ടമായി.

നല്ല സൂര്യപ്രകാശമുള്ള ദിവസം. മഴക്കാർ ഇല്ലാത്ത മാനം തെളിഞ്ഞിരിക്കുന്നു. പ്രാതൽ കഴിച്ചശേഷം അച്ഛന്റെയും അമ്മയുടെയും അനുവാദത്തോടെ നമ്മുടെ ചിന്നൂസ് മൊബൈലുമായി പുറത്തിറങ്ങി. മു

ന്നിൽ കാണുന്ന മരത്തിൽ കയറിമറിഞ്ഞ് അതിൽനിന്നും അടുത്തതിലേക്ക് ചാടിയിട്ട് അവൻ മരമിറങ്ങി പുഴയുടെ കരയിലെത്തി. പുഴക്കരയിലുള്ള വൃക്ഷങ്ങൾ നിറയെ അനേകം നിറത്തിലുള്ള പൂക്കൾ കണ്ടപ്പോൾ അവന് ഫോട്ടോ എടുക്കാനുള്ള ആവേശം വർദ്ധിച്ചു. ചിന്നൂസ് ആദ്യം കയറിയത് പൂവരശ് മരത്തിലാണ്. അതിനു മുകളിൽ വിടർന്ന മഞ്ഞ പൂക്കളുടെ കൂടെയൊരു സെൽഫി എടുത്തശേഷം അവൻ അടുത്തുള്ള മന്ദാരത്തിന്റെ കൊമ്പിലേക്ക് ചാടി. കൂട്ടമായി വിടർന്ന റോസ് നിറമുള്ള മന്ദാര പൂക്കളോടൊപ്പമായി പിന്നീടവന്റെ ഫോട്ടോയെടുപ്പ്. അതിനുശേഷം നിറയെ വയലറ്റ് പൂക്കളുള്ള മണിമരുത് മരത്തിലേക്ക് ചാടിപ്പിടിച്ചു. സുന്ദരമായ വാൽ ഉയർത്തിയിട്ട് മണിമരുതിന്റെ പൂക്കുലകൾക്കിടയിൽ ഒളിച്ചിരിക്കുന്ന സെൽഫികൾ അഞ്ചാറെണ്ണം എടുത്തപ്പോൾ അവനല്പം വിശ്രമിക്കണമെന്ന് തോന്നിയെങ്കിലും കുറച്ചകലെയുള്ള കാഴ്ച അവനെ ആകർഷിച്ചു. തീജ്ജ്വാലകൾ പോലെ പൂക്കൾ നിറഞ്ഞ ഇലകളൊന്നും ഇല്ലാത്ത മരമായിരുന്നു അത്. വലിയൊരു ചമതമരം.

പുഴയിലേക്ക് ചാഞ്ഞുനിൽക്കുന്ന ധാരാളം ശാഖകളുള്ള ചമതമരം നിറയെ ഓറഞ്ച്നിറം കലർന്ന ചുവന്നപൂക്കൾ കുലകളായി വിടർന്നിരിക്കുകയാണ്. പക്ഷികളും ശലഭങ്ങളും ഈച്ചകളും അവയ്ക്ക് ചുറ്റും കൂട്ടമായി പറന്നുവന്ന് തേൻ കുടിക്കുമ്പോൾ അനേകം പൂക്കൾ വെള്ളത്തിൽ വീണുകൊണ്ടിരിക്കുന്നു. ഇതെല്ലാം കാണാനിടയായ ചിന്നു മലയണ്ണാൻ വിശറിപോലുള്ള വാൽചുഴറ്റി വളരെ ദൂരെയുള്ള ചമതയുടെ മുകളിലേക്ക് ചാടി. മലയണ്ണാൻ കുഞ്ഞിന്റെ ചാട്ടം കാണാനിടയായ ധാരാളം ജന്തുക്കൾ പുഴക്കരയിലേക്ക് ഓടിവന്നു.

തനിക്കു ചുറ്റുമുള്ളവരെ കണ്ടപ്പോൾ ചിന്നൂസിന് ഫോട്ടോ എടുക്കാനുള്ള ആവേശം വർദ്ധിച്ചു. തീപിടിച്ചതു പോലെ കാണപ്പെട്ട പൂക്കൾക്കൊപ്പം കിടന്നും ഇരുന്നും അനേകം സെൽഫികൾ എടുത്തശേഷം ഉയരമുള്ള കൊമ്പിന്മേൽ കയറി. അതെല്ലാം കാണുന്ന കൂട്ടുകാർ ഉച്ചത്തിൽ വിളിച്ചുകൂവി,

'ചിന്നൂസേ അപകടമാണ്. ചമതമരത്തിന് ഉറപ്പില്ല, പൊട്ടിയാൽ വെള്ളത്തിൽ വീഴും'

മറ്റുള്ളവർ പറയുന്നതെല്ലാം അവഗണിച്ചുകൊണ്ട് ചിന്നൂസ് സെൽഫികൾ എടുക്കുന്നത് തുടർന്നു. പുഴയുടെയും ആകാശത്തിന്റെയും പശ്ചാത്തലത്തിൽ ചമതപ്പൂക്കളോടൊപ്പം നിൽക്കുന്ന മലയണ്ണാൻകുഞ്ഞിന്റെ ഫോട്ടോയെടുത്ത് വാട്ട്സാപ് വഴി സുഹൃത്തുക്കൾക്ക് അയച്ചു. എ

ല്ലാം മറന്നുകൊണ്ട് മരത്തിൽ കളിച്ചുകൊണ്ടിരിക്കെ പെട്ടെന്ന് ചമതയുടെ കമ്പൊടിഞ്ഞ് പൊട്ടാൻ തുടങ്ങി. അങ്ങനെ ചിന്നു മലയണ്ണാനും പുത്തൻ മൊബൈലും പുഴയിലേക്ക് വീണു.

****

കൊലപാതകം

പഞ്ചവൻ കാട്ടിൽ ഏറ്റവും ഉയർന്ന സ്ഥലമായ മഞ്ചാടിക്കുന്നിന്റെ മുകൾത്തട്ടിലുള്ള പാലമരത്തിന്റെ ചുവട്ടിലാണ് കോടതി കൂടിയിരിക്കുന്നത്. ജഡ്ജിയും വക്കീലും വാദിയും പ്രതിയും പോലീസും പത്രക്കാരും എല്ലാം അവിടെ എത്തിയിരിക്കുന്നു. അവിടെ നടക്കുന്നത് വലിയൊരു കൊലപാതക കേസിന്റെ വാദമാണ്. അതുകൊണ്ട് പതിവില്ലാത്തവിധം അനേകം ജന്തുക്കൾ എത്തിച്ചേർന്നിട്ടുണ്ട്.

കൊലക്കേസ് എന്നാണ് പറയുന്നതെങ്കിലും കൊലപാതകം നടന്നിട്ടില്ല. ഇത് വാഴക്കുല കേസാണ്, എന്നുവെച്ചാൽ വാഴക്കുല മോഷണം പോയ കേസ്. പഞ്ചവൻ കാട്ടിലെ മികച്ച കർഷകനാണ് കരിവീട്ടി കൊമ്പനാന. കാടിന്റെ തെക്കുഭാഗത്ത് മലയിറങ്ങി പുഴയുടെ തീരത്തുള്ള വിശാലമായ സ്ഥലത്താണ് കൊമ്പനാനയുടെ വാഴത്തോട്ടം. അവിടെയുള്ള വാഴക്കുലകളിൽ ഒന്നുവീതം ഏതാനും ദിവസമായി രാത്രിനേരത്ത് ആരോ മോഷ്ടിക്കുന്നത് പതിവാക്കിയിരിക്കുന്നു.

പുഴക്കരയിൽ സ്വന്തമായി ഒരുക്കിയെടുത്ത കൃഷിസ്ഥലത്താണ് കരിവീട്ടി കൊമ്പനും മിസ്സിസ് കരിവീട്ടിയും രണ്ട് മക്കളും ചേർന്ന് വാഴകൃഷി ചെയ്തിരുന്നത്. അതിരാവിലെ ഉണരുന്ന ആനയച്ഛനും ആനയമ്മയും മക്കളും വയലിലിറങ്ങി ജോലികളല്ലാം ചെയ്തിരുന്നു. ആദ്യദിവസം മണ്ണ് ഇളക്കി, വളം ചേർത്ത്, വാഴക്കന്ന് നട്ട് വെള്ളമൊഴിച്ചു. ഏതാനും ദിവസം കഴിഞ്ഞപ്പോൾ വാഴക്കന്ന് മുളച്ച് ഇലകൾ വന്നു. ആ പ്രദേശത്ത് ചുറ്റുപാടും വേലികെട്ടി മറ്റുള്ളവർക്ക് പ്രവേശനം നിരോധിച്ചു. വളരുന്ന വാഴക്ക് ആവശ്യത്തിന് വളം ചേർക്കുകയും എല്ലാദിവസവും പുഴയിൽനിന്നും വെള്ളം കോരി ഒഴിക്കുകയും ചെയ്തു. വാഴയിലകൾ ഓരോന്നായി വിടർന്ന് പരന്ന് വിശാലമായ പച്ചക്കുടപോലെ പന്തലിച്ചു.

പച്ചപിടിച്ചു നിൽക്കുന്ന വാഴത്തോട്ടം കാണാൻവേണ്ടി ധാരാളം മൃഗങ്ങൾ പഞ്ചവൻ കാട്ടിൽ നിന്ന് മാത്രമല്ല, മറുകാട്ടിൽനിന്നും വരാറുണ്ട്. വരുന്നവർക്ക് തോട്ടത്തിൽ പ്രവേശനം ഇല്ലാത്തതിനാൽ അകലെ

നിന്നുകൊണ്ട് എല്ലാവരും നോക്കും. ദിവസങ്ങൾ ഓരോന്നായി കടന്നു പോയപ്പോൾ വാഴ കുലക്കാൻ തുടങ്ങി. ഒന്നിനു പിറകെ മറ്റൊന്നായി എല്ലാ വാഴകളും കുലച്ച് മറിഞ്ഞത് കാണാൻ എന്തൊരു ഭംഗിയാണ്. ഇതെല്ലാം കണ്ടപ്പോൾ കരിവീട്ടിക്കും ഭാര്യക്കും മക്കൾക്കും സന്തോഷം സഹിക്ക വയ്യാതായി. കൂടുതൽ സമയം തോട്ടത്തിൽ വന്ന് അവർ പരിചരണം തുടർന്നു.

വാഴക്കുലകൾ വലുതാവാൻ തുടങ്ങിയപ്പോൾ കരിവീട്ടിക്കുടുംബം സന്തോഷിച്ചു. അങ്ങനെയിരിക്കെ ഒരു ദിവസം രാവിലെ മൂത്തു പഴുക്കാറായ ഒരു വാഴക്കുല കാണാനില്ല. അതോടെ അവർക്കുണ്ടായ സങ്കടം. പറയാനാവില്ല. എല്ലാവരും കരയാൻ തുടങ്ങി. നാല് ആനകൾ ചേർന്നുള്ള കരച്ചിൽ കേട്ട് കാടാകെ ഞെട്ടി. പോലീസിൽ പരാതി കൊടുത്തിട്ടും ആർക്കും കള്ളനെ കണ്ടുപിടിക്കാൻ കഴിഞ്ഞില്ല. പിറ്റേന്നും പിറ്റേന്നും ഓരോ വാഴക്കുല അപ്രത്യക്ഷമായി. അങ്ങനെയാണ് കൊലപാതക കേസ് കോടതിയിൽ എത്തിയത്.

ജഡ്ജി ഗിരിവർണ്ണൻ സിംഹം അനുചരന്മാരോടൊപ്പം അതിവേഗം നടന്നുവന്ന് പാലമരത്തിന് സമീപമുള്ള പുളിമരക്കുറ്റിയിൽ ഇരുന്നശേഷം കൈ ഉയർത്തി എല്ലാവരെയും അഭിവാദ്യം ചെയ്തു. കറുത്ത കോട്ടണിഞ്ഞ കാക്കത്തമ്പുരാട്ടി വക്കീൽ കേസ് വായിച്ചു. എല്ലാം കേട്ടപ്പോൾ ജഡ്ജി കരിവീട്ടി കൊമ്പനോട് ചോദിച്ചു,

'വാഴത്തോട്ടം നിങ്ങളുടെ സ്വന്തമാണോ?'

'അതെ സാർ, ഞാനും ഭാര്യയും മക്കളും ചേർന്ന് അദ്ധ്വാനിച്ച് വളർത്തിയതാണ്.'

'അതിന് എന്താണ് തെളിവ്?'

'തെളിവ് ഇവിടെയുണ്ട് സാർ. എന്റെ തോട്ടത്തിലുള്ള വാഴയിലയിൽ ഇരുന്നാണ് ബഹുമാനപ്പെട്ട കോടതിയിലെ വക്കീൽ കാക്കത്തമ്പുരാട്ടി ഇരപിടിക്കാറുള്ളത്'

'ഇരപിടിയനായ നമ്മുടെ വക്കീൽ അല്ലാതെ നിങ്ങളുടെ തോട്ടത്തിൽ പതിവായി ആരെങ്കിലും വരാറുണ്ടോ?'

'സാധാരണ വരുന്നത് പക്ഷികളും ശലഭങ്ങളും തുമ്പികളും മാത്രമാണ്. അവിടേക്ക് വരുന്ന മറ്റു ജന്തുക്കളെല്ലാം ഞങ്ങളെ ഭയപ്പെട്ട് ഓടിയിട്ടുണ്ട്'

'മോഷണം നടന്നത് രാത്രിയിലോ, പകലോ?'

'രാത്രിയിലാണ് സാർ'

'രാത്രിയിൽ സഞ്ചരിക്കുന്ന ആരെയെങ്കിലും സംശയം ഉണ്ടോ?'

'ഉണ്ട് സാർ,, തോട്ടത്തിൽ പറന്നുകളിക്കുന്ന തലതിരിയൻ വവ്വാലിനെ സംശയമുണ്ട്. അവൻ പറന്നുവന്ന് വാഴക്കൂമ്പിലെ തേൻ കുടിക്കാറുണ്ട്'

'അപ്പോൾ വവ്വാൽ തന്നെ പ്രതി. കൊലപാതകം നടത്തിയവൻ, തലതിരിയൻ വവ്വാലിനെ പിടിച്ചിട്ടു വാ?'

ഗിരിവർണ്ണൻ ജഡ്ജിയുടെ ആജ്ഞ കേട്ടപ്പോൾ മൂന്ന് കരിമ്പൂച്ചകൾ തോക്കുമായി കാട്ടിലേക്ക് ഓടി. അല്പസമയം കഴിഞ്ഞപ്പോൾ കൈയും കാലും ചിറകും ഒന്നിച്ചുചേർത്ത് കെട്ടിയ നിലയിൽ തലതിരിയൻ വവ്വാലിനെ കോടതിയിൽ ഹാജരാക്കി. പകൽനേരത്ത് മരങ്ങളിൽ ഉറങ്ങുന്ന വവ്വാലിനെ പിടിച്ചുകെട്ടിയ കരിമ്പൂച്ചകളുടെ കഴിവിൽ എല്ലാവർക്കും ആശ്ചര്യം തോന്നി. പേടിച്ചു വിറച്ച തലതിരിയനോട് ഗിരിവർണ്ണൻ ചോദിച്ചു,

'താങ്കളാണോ കൊലപാതകം നടത്തിയത്?'

'ഞാനൊരു സസ്യഭോജിയാണ് സാർ, നോൺവെജ് ആയ ഞാനെന്തിന് കൊല നടത്തണം'

'എടോ ഇത് വാഴക്കുലയുടെ കാര്യമാണ്. കരിവീട്ടി കൊമ്പനാനയുടെ വാഴത്തോട്ടത്തിലെ വലിയൊരു വാഴക്കുല മോഷ്ടിച്ച പ്രതിയാണ് നീ'

'അയ്യോ സാർ, ഞാനത്തരക്കാരനല്ല. വിശപ്പ് മാറാൻ പഴുത്തു വീഴാറായ പഴങ്ങളൊക്കെ തിന്നാറുണ്ടെങ്കിലും വാഴക്കുല മൊത്തമായി തിന്നാനുള്ള കഴിവൊന്നും എനിക്കില്ല സാർ'

'വാഴത്തോട്ടത്തിൽ രാത്രി വരാറുള്ള നീ മാത്രമാണ് കുറ്റവാളി. പ്രതിയെ അറസ്റ്റ് ചെയ്ത് ലോക്കപ്പിൽ ഇടുക. ഇവന്റെ കൂട്ടിൽ പോയിട്ട് വാഴക്കുലയുടെ ബാക്കി കൊണ്ടുവന്ന് തെളിവായി സമർപ്പിക്കുക'

കരിമ്പൂച്ചകൾ അരികിലെത്തുന്നതിനു മുൻപ് വവ്വാൽ ഉച്ചത്തിൽ പറഞ്ഞു,

'സാർ എന്നെ പ്രതിയാക്കുന്നതിന് പകരം കൊലപാതകത്തിന്റെ സാക്ഷി ആക്കിയാൽ മതി. വാഴക്കുല മോഷണത്തിന്റെ സാക്ഷിയാണ് ഞാൻ. തെളിവ് ഞാൻ പറയാം'

വവ്വാൽ പറയുന്നത് കേട്ട് എല്ലാവരും ആശ്ചര്യപ്പെട്ടു. പ്രതിയായവൻ സാക്ഷിയായി മാറുക,, ജഡ്ജി ഗിരിവർണ്ണൻ സിംഹം പറഞ്ഞു,

'വാഴത്തോട്ടത്തിൽ കൂടി പറന്നു പോകുന്നവൻ തന്നെ സാക്ഷി ആവട്ടെ,, കണ്ടത് പറയൂ,'

'സാർ,, രണ്ടുദിവസം മുൻപ് ധാരാളം മാമ്പഴം തിന്നതിനാൽ വയറു

നിറഞ്ഞിരുന്നു. അങ്ങനെയാണ് അർദ്ധരാത്രി കഴിഞ്ഞപ്പോൾ കരിവീട്ടിയുടെ തോട്ടത്തിലെ വലിയൊരു വാഴയിലയിൽ തൂങ്ങിയിട്ട് വിശ്രമിക്കാൻ ഇടയായത്. അപ്പോൾ ചെറിയൊരു അനക്കം കേട്ട് വാഴയിലകളുടെ ഇടയിലൂടെ എത്തിനോക്കി. കറുത്തിരുണ്ട ഒരു രൂപം,, എനിക്കാകെ ഭയമായി. ശ്രദ്ധിച്ചു നോക്കിയപ്പോൾ അതൊരു വലിയ മൃഗമാണെന്ന് മനസ്സിലായി. കൂടുതൽ അറിയാനായി അടുത്തുള്ള വാഴക്കൈയിൽ പറന്നിരുന്നപ്പോൾ എനിക്ക് ആളെ മനസ്സിലായി. വലിയൊരു വാഴക്കുല ഒടിച്ചെടുത്ത് അവൻ ആർത്തിയോടെ തിന്നുന്ന കാഴ്ചയാണ് കണ്ടത്. കായ മുഴുവനും തിന്നു തീർത്തതോടെ ഒച്ചയാക്കാതെ അവൻ തോട്ടത്തിൽ നിന്നും പുറത്തുകടന്നു'

'ആരാണവൻ?'

'വലിയ വാഴത്തോട്ടം ഉണ്ടാക്കിയിട്ട് സംരക്ഷിക്കുന്ന ഈ കരിവീട്ടി സ്വന്തം മക്കളുടെ കാര്യം നോക്കുന്നില്ല സാർ. വിശപ്പ് സഹിക്കാനാവാതെ കരിവീട്ടി കൊമ്പന്റെ ഇളയമകൻ പോക്കിരി കൊമ്പനാണ് കൊലപാതകം നടത്തിയത്'

തലതിരിയൻ വവ്വാൽ പറയുന്നത് കേട്ട് എല്ലാവരും ഞെട്ടി. തോട്ടത്തിന്റെ ഉടമയുടെ മകൻ തന്നെ മോഷ്ടാവ് ആവുക. നൂറു കണക്കിന് വാഴകൾ നട്ടുവളർത്തി കൃഷി ചെയ്യുന്നവൻ സ്വന്തം മക്കൾക്ക് പഴങ്ങളൊന്നും കൊടുക്കാതിരിക്കുക. എന്തൊരു അനീതിയാണ്. ഇതെല്ലാം കേട്ട ഗിരിവർണ്ണൻ ജഡ്ജി പ്രഖ്യാപിച്ചു,

'ആദ്യം സ്വന്തം മക്കൾക്ക് ആവശ്യത്തിന് തിന്നാൻ കൊടുക്കണം. എന്നിട്ടുമതി കൃഷിയും കച്ചവടവും. ഇങ്ങനെയൊരു പരാതി ഉണ്ടായതിനാൽ കരിവീട്ടിയുടെ തോട്ടത്തിലെ വാഴപ്പഴം മുഴുവൻ ഇത്തവണ സ്വന്തം മക്കൾക്കും മറ്റുള്ളവർക്കും കൊടുക്കാൻ കല്പിക്കുന്നു'

കാര്യം മനസ്സിലാക്കിയ കരിവീട്ടിക്കൊമ്പന് വളരെയധികം പ്രയാസം തോന്നിയെങ്കിലും സ്വന്തം മക്കളോടൊപ്പം മറ്റുള്ളവരും സന്തോഷിച്ചു.

****

തെക്കേക്കരയും വടക്കേക്കരയും

ഇടത്തരം പട്ടണമായ ചെറുകരയിൽനിന്നും ഒരുമണിക്കൂർ നടന്നാൽ ചേരണി ഗ്രാമത്തിൽ എത്തിച്ചേരാം. തെക്കേക്കരയും വടക്കേക്കരയും ആ ഗ്രാമത്തിലുള്ള രണ്ട് സ്ഥലങ്ങളാണ്. യാത്രാസൌകര്യം കുറഞ്ഞ ചേരണിയിലേക്ക് നാട്ടുകാരുടെ പരിശ്രമ ഫലമായി നല്ല റോഡുകൾ വന്നതിൽ ഒന്ന് തെക്കേക്കരയിലും മറ്റൊന്ന് വടക്കേക്കരയിലും പോകുന്നവയാണ്. റോഡിലൂടെ വാഹനങ്ങൾ ഓടാൻ തുടങ്ങിയപ്പോൾ പുതിയതായി യാത്രാബസുകൾ അനുവദിച്ചു.

ചേരണി ഗ്രാമത്തിലെ രണ്ട് വഴിയിലൂടെയും ബസ് ഗതാഗതം തുടങ്ങിയത് ഒരേ ദിവസമാണ്. ഒന്ന് തെക്കേക്കര ബസ്, മറ്റേത് വടക്കേക്കര ബസ്. തെക്കേക്കരയുടെ ഡ്രൈവർ രതീഷ്, വടക്കേക്കരയുടെ ഡ്രൈവർ സുനീഷ്. രണ്ട് ബസ്സിന്റെയും ഉടമ ശിവശങ്കരൻ മുതലാളി ആണെങ്കിലും ബസിലുള്ള ഡ്രൈവറും കണ്ടക്റ്ററും കിളിയും തമ്മിൽ അടുപ്പമൊന്നും ഉണ്ടായിരുന്നില്ല. കൂടുതൽ ആളെ കയറ്റാനും കൂടുതൽ വേഗത്തിൽ സഞ്ചരിക്കാനും രണ്ട് ബസും തമ്മിൽ എന്നും മത്സരമായിരുന്നു. ഒന്നിച്ച് കാണുന്ന അവസരം ഉണ്ടായാൽ രണ്ട് ബസും തമ്മിൽ എന്നും വഴക്കായിരിക്കും.

തെക്കേക്കരയിലും വടക്കേക്കരയിലും ഓടുന്ന ബസുകൾ തമ്മിലുള്ള വഴക്ക് കാണാനും കേൾക്കാനും താല്പര്യമുള്ളവരിൽ യാത്രക്കാരും അല്ലാത്തവരുമായി അനേകം ആളുകളുണ്ട്. അപ്പോൾ രണ്ടുപേർക്കും ആവേശം കൂടും. ഒരുദിവസം തെക്കേക്കര പറഞ്ഞു,

'നിന്നെക്കാൾ സൌന്ദര്യവും ആരോഗ്യവും എനിക്കാണ്. അതുകൊണ്ടാണ് ധാരാളം ആളുകൾ എന്റെയുള്ളിൽ കയറുന്നത്'

'ആളുകൾ കയറുന്നത് ബസിന്റെ സൌന്ദര്യവും ആരോഗ്യവും കണ്ടിട്ടല്ല. അവർക്ക് പോകേണ്ടത് അങ്ങോട്ടാണ്. വടക്കേക്കരയിൽ യാത്ര ചെയ്യേണ്ടവരെല്ലാം എന്നെയാണ് ആശ്രയിക്കുന്നത്'

'ഒച്ചിനെപ്പോലെ ഇഴഞ്ഞു പോകുന്ന നിന്റെയുള്ളിൽ വേറെ വഴിയി

ബസ് സ്റ്റോപ്പ്

ല്ലാത്തത് കൊണ്ടാണ് അങ്ങോട്ട് പോകേണ്ടവർ കയറുന്നത്'

'നിന്നെപ്പോലെ സ്പീഡ് കൂട്ടിയിട്ട് ആളെ ഭയപ്പെടുത്തുന്ന പരിപാടി ക്കൊന്നും ഞാനില്ല'

ഒരു ഗ്രാമത്തിൽ തന്നെയുള്ള രണ്ട് വഴിയിലൂടെ സഞ്ചരിക്കുന്ന വ ണ്ടികൾ പറയുന്നത് കേട്ട് മറ്റുള്ള ബസുകളെല്ലാം ചിരിക്കും. അവർ പറ യും,

'ഒരേ ഗ്രാമത്തിലൂടെ ഓടുന്നവരായിട്ടും ഇവരെന്താ ഇങ്ങനെ ശത്രു ക്കളായത്?'

ആദ്യമേ അവരങ്ങനെ ആണല്ലോ എന്ന് വിചാരിച്ച് മറ്റുള്ളവർ മി ണ്ടാതിരിക്കും.

ഒരു ദിവസം രാവിലെ മൂന്നാമത്തെ ട്രിപ്പ് കഴിഞ്ഞ് തെക്കേക്കര ബ സും വടക്കേക്കര ബസും കണ്ണൂർ ബസ്സ്റ്റാന്റിൽ വിശ്രമിക്കുകയാണ്. ഡ്രൈവർമാരും കണ്ടക്റ്റർമാരും കിളികളും ചായ കുടിക്കാനായി ഇ ന്ത്യൻ കോഫീ ഹൌസിലേക്ക് പോയി. എല്ലാവരും കഴിക്കാൻ ഇഷ്ടപ്പെ ട്ടത് മസാലദോശ ആയതിനാൽ തിരികെ ഇറങ്ങാൻ ധാരാളം സമയം വേണ്ടിവരും. ആ നേരത്ത് തെക്കേക്കര ബസും വടക്കേക്കര ബസും ത മ്മിൽ വഴക്ക് കൂടുന്നത് പതിവാണ്. അവരുടെ വഴക്ക് കേൾക്കാനുള്ള താല്പര്യം കൊണ്ട് ചില ബസുകൾ പണിമുടക്കിയിട്ട് അവിടെത്തന്നെ കിടക്കാറുണ്ട്.

കണ്ടക്റ്റർമാർ വന്ന് ബസിൽ കയറി യാത്രക്കാർക്ക് ടിക്കറ്റ് കൊടു ത്ത് പണം വാങ്ങുമ്പോഴും രണ്ട് ബസും അത്യുഗ്രൻ വഴക്കിലായിരു ന്നു. പിന്നീട് ഡ്രൈവർമാരായ രതീഷും സുനീഷും വന്ന് എഞ്ചിൻ സ്റ്റാർ ട്ട് ചെയ്യാൻ ശ്രമിച്ചപ്പോൾ അതൊന്നും ശ്രദ്ധിക്കാതെ രണ്ടുപേരും വഴ ക്കിടുകയാണ്. ഇത് കണ്ടപ്പോൾ കിളികളായ കൂട്ടപ്പനും ദാസപ്പനും ഇ റങ്ങിവന്ന് ഇരിമ്പുദണ്ഡ് കൊണ്ട് രണ്ടുപേരെയും അടിക്കാൻ തുടങ്ങിയ പ്പോൾ വഴക്ക് അവസാനിപ്പിച്ച് മര്യാദക്കാരായി മാറി. അങ്ങനെ സ്റ്റാർട്ട് ചെയ്ത ബസ് സ്റ്റാന്റിൽനിന്നും പുറത്തേക്കിറങ്ങി ഉരുണ്ടുപോകുമ്പോൾ കൂടുതൽ ആളുകൾ കയറാൻ തുടങ്ങി.

പട്ടണത്തിലൂടെയുള്ള യാത്രയിൽ ആദ്യം മുന്നിലെത്തിയത് വടക്കേ ക്കര ബസ് ആണെങ്കിലും ആളുകൾ നിറയാൻ തുടങ്ങിയപ്പോൾ വട ക്കേക്കരയുടെ വേഗത കുറഞ്ഞു. പിന്നീട് തെക്കേക്കര മുന്നിലായി. ഇ പ്രകാരം മത്സരിച്ച് രണ്ടുപേരും ഓടിയോടി ചെറുകരയിൽ എത്തിയപ്പോൾ രണ്ട് ബസും ഡ്രൈവർമാരുടെ നിയന്ത്രണത്തിൽ അല്ലാതായി. ഓരോ ബസും മുന്നിൽ കടന്ന് ഓടാൻ തുടങ്ങിയപ്പോൾ അതൊരു മത്സര ഓട്ട

മായി. ചേരണി ഗ്രാമത്തിലൂടെ ഓടിയ ബസുകൾ വഴി രണ്ടായി പിരിയുന്ന ഇരട്ടമുക്കിൽ എത്തിയപ്പോൾ തെക്കേക്കര തെക്കോട്ട് പോകുന്ന റോഡിലേക്ക് തിരിഞ്ഞ് സഞ്ചാരം തുടങ്ങി. പിന്നാലെ വരുന്ന വടക്കേക്കര ബസിന് മുന്നിൽ പോകുന്നവന്റെ അഹങ്കാരം സഹിക്കാനായില്ല. വടക്കോട്ട് പോകുന്നതിനുപകരം അവൻ തെക്കേക്കരയുടെ പിന്നാലെ തെക്കോട്ടേക്കുള്ള റോഡിലൂടെ ഓടി മുന്നിലുള്ള ബസിനെ തോല്പിച്ചു. ഇതെല്ലാം കണ്ടപ്പോൾ ബസിലുള്ള യാത്രക്കാർ കൂവാൻ തുടങ്ങി. രണ്ട് ബസിന്റെയും അത്ഭുതകരമായ മത്സരഓട്ടം കണ്ട് നാട്ടുകാരെല്ലാം അന്തംവിട്ടു.

വടക്കോട്ട് പോകേണ്ട ബസ് മുന്നിലുള്ള മറ്റൊരു ബസിനെ തോല്പിക്കാനായി വഴിമാറി മത്സരിച്ച് ഓടുന്നത് കണ്ടപ്പോൾ യാത്രക്കാരും നാട്ടുകാരും ചേർന്ന് രണ്ട് ബസിനെയും പിടിച്ചുനിർത്തിയിട്ട് പറഞ്ഞു,

'മര്യാദ പഠിക്കുന്നതുവരെ രണ്ട് ബസും റോഡിൽ തന്നെ കിടക്കട്ടെ. ഏതാനുംദിവസം ജോലിയും കൂലിയും ഇല്ലാതെ പട്ടിണി കിടക്കുമ്പോൾ രണ്ടുപേരും മര്യാദ പഠിച്ചുകൊള്ളും'

തെക്കേക്കര ബസും വടക്കേക്കര ബസും ഇപ്പോഴും റോഡിൽതന്നെ കിടക്കുകയാണ്.

****

ഏഷണിക്കാരൻ

സ്വന്തക്കാരോട് അമിതമായ അടുപ്പവും സ്നേഹവും കാണിക്കുന്നവരിൽ ഒന്നാംസ്ഥാനത്ത് കാക്കകൾ ആയിരിക്കും. എപ്പോഴും എവിടെ വെച്ചും സ്വന്തം വർഗത്തിലുള്ളവരെ കണ്ടാൽ വിശേഷങ്ങൾ കൈമാറി സ്നേഹം പങ്കുവെക്കുന്നത് കാക്കയുടെ ശീലമാണ്. എന്നാൽ കൂടൊരുക്കി മുട്ടയിട്ടശേഷം അടയിരുന്ന് കുഞ്ഞുങ്ങളെ വളർത്തുന്നത് കാക്കയച്ഛനും കാക്കയമ്മയും മാത്രം ആയിരിക്കും. അക്കാര്യത്തിൽ ഒഴികെ ഏത് ജോലി ചെയ്യാനും കാക്കകൾ കൂട്ടത്തോടെ ഉണ്ടായിരിക്കും.

കാക്കകൾ ഒറ്റക്ക് ചെയ്യാൻ ഇഷ്ടപ്പെടാത്ത കാര്യങ്ങൾ അനവധിയുണ്ട്. ഒറ്റക്ക് പറന്നുപോകുന്ന കാക്ക ആഹാരം കണ്ടാൽ അവിടെയിറങ്ങി പരിസരം ശ്രദ്ധിച്ചശേഷം തിന്നുന്നതിനു മുൻപ് കൂട്ടുകാരെയൊക്കെ 'കാ,കാ' എന്ന് വിളിച്ചുവരുത്തും. ഭക്ഷണം പങ്കുവെക്കുന്നത് കാക്കകളുടെ ശീലമാണ്. അതുപോലെ വെള്ളത്തിന്റെ കാര്യത്തിലും ചില ചിട്ടകളുണ്ട്. വീട്ടുപറമ്പിൽ അധികം ആഴമില്ലാതെ വെള്ളം കെട്ടിക്കിടക്കുന്നത് കണ്ടാൽ ആദ്യം വെള്ളം കുടിച്ചശേഷം കൂട്ടുകാരെ വിളിക്കാൻ തുടങ്ങും. കുറച്ചുപേർ കൂടി പറന്നുവന്നാൽ പതുക്കെ വെള്ളത്തിലിറങ്ങി തലതാഴ്ത്തി പരിശോധിച്ചശേഷം ചിറകുകൾ നനച്ച് തെറിപ്പിച്ച് കുളിക്കും. അതുപോലെ പോകുന്ന വഴിയിൽ ശത്രുക്കളെ കണ്ടാൽ 'കാ, കാ' വിളിച്ച് കൂട്ടുകാരെയൊക്കെ വരുത്തി മുന്നറിയിപ്പ് കൊടുക്കും.

സന്ധ്യാനേരത്ത് കാക്കകൾ കൂട്ടമായി ഉറങ്ങാൻ പോകുന്നത് ഒരേ സ്ഥലത്ത് ആയിരിക്കും. ധാരാളം മരങ്ങളുള്ള പ്രദേശത്ത് ആയിരക്കണക്കിന് കാക്കകൾ ഒന്നിച്ചാണ് ഉറങ്ങുന്നത്. ഇതിന് ചേക്കേറുക എന്ന് പറയും. ഒരു മരത്തിൽ തന്നെ അനേകം കാക്കകൾ ഉറങ്ങുന്നുണ്ടാവും. ഉറങ്ങുന്നതിന് മുൻപ് ഏതാനും മിനുട്ടുകൾ അവരെല്ലാം ബഹളം ഉണ്ടാക്കുന്നത് പതിവാണ്. ഒരു പ്രദേശത്തെ കാക്കകളെല്ലാം പതിവായി ഒരേ സ്ഥലത്തുള്ള മരങ്ങളിൽ ഉറങ്ങുക എന്ന ശീലം വർഷങ്ങളോളം തുടർന്നു പോകുന്നു.

ഏതെങ്കിലും കാക്കക്ക് അപകടം പറ്റിയാൽ അതറിഞ്ഞ് മറ്റൊരു കാക്ക പറന്നെത്തും. പറന്നുവന്നവൻ പ്രത്യേകതരം കരച്ചിലിലൂടെ പരിസരത്തുള്ള എല്ലാ കാക്കകളെയും വിവരം അറിയിക്കും. പിന്നെയവിടെ വലിയൊരു സമ്മേളനത്തിന്റെ ബഹളമായിരിക്കും. നൂറു കണക്കിന് കാക്കകൾ ചേർന്ന് പലതരം ഒച്ചയിട്ട് അങ്ങോട്ടും ഇങ്ങോട്ടും പറക്കുന്നതിന്റെ ഇടയിൽ കുടുങ്ങിപ്പോയ മറ്റു ജന്തുക്കളെയെല്ലാം കൊക്കും കാലും ചിറകും ഉപയോഗിച്ച് ആക്രമിക്കും. കാക്കകളുടെ ഐക്യം അറിയണമെങ്കിൽ ഏതെങ്കിലും ഒരു കാക്കയെ പിടിച്ചാൽ മതി. പിടിച്ചവനെ മറ്റു കാക്കകൾ കൂട്ടമായി വന്ന് ആക്രമിക്കുക മാത്രമല്ല, അവനെ പൊതു ശത്രുവായി കാക്കക്കൂട്ടം പ്രഖ്യാപിക്കും. വീടിനകത്ത് ഒളിച്ചാലും അവൻ പുറത്തിറങ്ങുന്ന നിമിഷം കാക്കകൾ പറന്നുവന്ന് ആക്രമിക്കാൻ തുടങ്ങും.

ചുണ്ടങ്ങപ്പറമ്പിൽ ചേക്കേറുന്നത് ആയിരത്തിലധികം കാക്കകളാണ്. അവർ തമ്മിൽ എല്ലായിപ്പോഴും ഐക്യവും സന്തോഷവും ഉണ്ടായിരുന്നു. നേരം പുലരുമ്പോൾ പറന്നു പോകുന്ന കാക്കകൾ സന്ധ്യാനേരം ആയാൽ ഉറങ്ങാനായി ചുണ്ടങ്ങപ്പറമ്പിലെ മരങ്ങളെയാണ് ആശ്രയിക്കുന്നത്. അങ്ങനെയുള്ള കാക്കക്കൂട്ടത്തിലാണ് പുതിയൊരു വാർത്ത പരന്നത്. അപകടകരമായ വാർത്ത പുറത്തുവിട്ടത് ഒരു മൈന ആണ്.

ഒരുദിവസം രാവിലെ മഞ്ഞക്കൊക്കൻ നാട്ടുമൈന വടക്കെ വീട്ടിലെ അടുക്കളഭാഗത്തെ മാലിന്യത്തിൽനിന്നും ഭക്ഷണം കൊത്തിയെടുക്കുമ്പോൾ നവജീവൻ കാക്ക അരികിലെത്തി. മൈനയോട് വിശേഷങ്ങൾ ചോദിച്ചറിഞ്ഞശേഷം ഒടുവിൽ പറഞ്ഞതുകേട്ട് അവൻ ഞെട്ടി. വലിയൊരു മീൻമുള്ള് കൊത്തിയെടുത്തുകൊണ്ട് മൈന പറയുകയാണ്,

'നിങ്ങൾ കാക്കകൾ തമ്മിൽ വലിയ സ്നേഹമാണെന്ന് എനിക്കറിയാം. എങ്കിലും കേട്ട കാര്യം എനിക്ക് പറയാതെ വയ്യ'

'എന്ത് കാര്യം? നീ പറഞ്ഞോളൂ,,'

'നിങ്ങളെ കൂട്ടത്തിലുള്ള ഒരുവൻ മറ്റുള്ളവരെ അപകടത്തിലാക്കി കൊല്ലാനിടയുണ്ട്'

'കൊല്ലാനോ? ആരു പറഞ്ഞു ഈ മണ്ടത്തരം?'

'ഞാൻ കേട്ടത് പറഞ്ഞെന്നേയുള്ളൂ'

'ആര് പറയുന്നത് എന്താണ് നീ കേട്ടത്?'

'വയലിന്റെ കരയിൽ തോക്കുമായി നിൽക്കുന്ന മനുഷ്യനും കാക്കയും തമ്മിലുള്ള സംഭാഷണം ഞാൻ ഒളിച്ചിരുന്ന് കേട്ടു. ഭക്ഷണത്തിൽ വിഷം കലർത്തി എല്ലാവരെയും കൊന്നാൽ ചിക്കൻ ബിരിയാണി തരാ

മെന്ന് അയാൾ പറഞ്ഞപ്പോൾ കാക്ക സമ്മതിച്ചു'

'അയ്യോ,, നമ്മുടെ കൂട്ടത്തിലാരാ ഇത്രയും ദുഷ്ടൻ,, ഞാനിത് എല്ലാവരോടും പറയട്ടേ'

'എല്ലാവരുമൊന്ന് സൂക്ഷിക്കുന്നത് നല്ലതാണ്'

ഭയപ്പെട്ട നവജീവൻ കാക്ക കൂട്ടുകാരുടെ അരികിലേക്ക് പറന്നപ്പോൾ മഞ്ഞക്കൊക്കൻ മൈന അകലേക്ക് പറന്നു.

മഞ്ഞക്കൊക്കൻ മൈന പറന്നു പറന്ന് എത്തിയത് ചെറിയ പറമ്പിലെ വലിയൊരു വരിക്കപ്ലാവിലാണ്. പരിസരം മറന്നുകൊണ്ട് പ്ലാവിന്റെ മുകളിലെ പഴുത്ത വരിക്കച്ചക്ക തിന്നുന്ന സുന്ദരിക്കാക്കയെ കണ്ടപ്പോൾ മൈന അടുത്തുവന്നു. മൈനയെ ശ്രദ്ധിക്കാതെ ചക്കച്ചുള തിന്നുന്ന സുന്ദരിയോട് അവൻ പറഞ്ഞു,

'സുന്ദരീ, നീയിവിടെ ചക്കച്ചുള തിന്ന് രസിക്കുമ്പോൾ നിന്റെ കൂട്ടുകാരൊക്കെ അപകടത്തിൽ ആണെന്ന് അറിയാമോ?'

'അപകടമോ? ഞങ്ങൾ കാക്കകൾക്ക് എന്ത് അപകടം?'

'ഞാൻ കണ്ടതും കേട്ടതും പറയുന്നു എന്നുമാത്രം. വേണമെങ്കിൽ സൂക്ഷിച്ചോ'

പെട്ടെന്ന് ചക്കതീറ്റി മതിയാക്കിയ സുന്ദരിക്കാക്ക മൈനയെ തുറിച്ചുനോക്കി. അപ്പോൾ അവൻ പറഞ്ഞു,

'നിങ്ങളുടെ കൂട്ടത്തിൽ ഒരുത്തൻ എല്ലാ കാക്കകളെയും കൊല്ലാമെന്ന് മനുഷ്യനോട് ഉറപ്പ് പറഞ്ഞു. അവനതിന് കൂലി വാങ്ങുകയും ചെയ്തു'

'നീയെന്താ പറയുന്നത്?'

'നിങ്ങളെല്ലാവരും ഉറങ്ങുമ്പോൾ മരത്തിന് തീയിടാനാണ് അവന്റെ പ്ലാൻ. തീക്കൊള്ളി അവന്റെ കൈയിലുണ്ട്. വേണമെങ്കിൽ രക്ഷപ്പെട്ടോളൂ'

ഇത് കേട്ടപ്പോൾ സുന്ദരിക്കാക്ക ചക്കമരത്തിൽ നിന്നും തന്റെ കൂട്ടുകാരുടെ അടുത്തേക്ക് പറന്നു. അവളാകെ ഭയപ്പെട്ടിരുന്നു.

വാർത്തകൾ അറിഞ്ഞ കാക്കക്കൂട്ടം ഞെട്ടി,, രണ്ടുപേരും രണ്ടുതരം വാർത്തകളാണ് കെട്ടത്. ഒരുവശത്ത് വിഷം കൊടുത്ത് കൊല്ലുമെന്ന്, മറുവശത്ത് തീയിട്ട് കൊല്ലുമെന്ന്. രണ്ടായാലും കാക്കക്കൂട്ടത്തെ നശിപ്പിക്കുന്ന വാർത്ത തന്നെ. കാക്കകളെല്ലാം പഞ്ചായത്ത് മൈതാനത്ത് ഒത്തുകൂടി ചർച്ച നടത്തി. ആർക്കും പരിഹാരം കണ്ടെത്താൻ കഴിഞ്ഞില്ല. അപ്പോൾ സുന്ദരിക്കാക്കയുടെ മകൾ ചിരിമണി മുന്നോട്ടുവന്ന് പറഞ്ഞു,

'കാക്കക്കൂട്ടത്തിലെ മുതിർന്നവരോട് ഒരു കാര്യം ചോദിക്കട്ടേ,, ഈ നാട്ടിലുള്ള ഏത് കാക്കക്കാണ് മനുഷ്യനോട് സംസാരിക്കാൻ കഴിവുള്ളത്?'

ചിരിമണി പറഞ്ഞത് കേട്ടപ്പോൾ കാക്കകൾക്ക് കാര്യം പിടികിട്ടി. സന്തോഷത്തോടെയും ഐക്യത്തോടെയും കാക്കകൾ ജീവിക്കുന്നത് കാണാനിടയായ ഏഷണിക്കാരൻ മൈനയുടെ പരിപാടിയാണ് ഇതെന്ന് അവരെല്ലാം തിരിച്ചറിഞ്ഞു. അതിനുശേഷം മൈനയെ എവിടെക്കണ്ടാലും ഓടിക്കണമെന്ന് കാക്കകൾ തീരുമാനിച്ചു.

****

ചിങ്കനാമയുടെ സൂത്രം

ചേരണി ഗ്രാമത്തിലുള്ള കുളങ്ങരക്കണ്ടി തറവാട് പറമ്പിന്റെ തെക്കുകിഴക്കെ മൂലയിലാണ് പുത്തൻകുളം സ്ഥിതിചെയ്യുന്നത്. പണ്ടുകാലത്ത് കുളിക്കാനും തുണികൾ അലക്കാനും കൃഷിചെയ്യാനും പുത്തൻ കുളത്തിലെ വെള്ളം ആളുകൾ ഉപയോഗിച്ചിരുന്നു. ഇപ്പോൾ കുളത്തിലെ വെള്ളം മനുഷ്യരാരും ഉപയോഗിക്കാറില്ല. അതുകൊണ്ട് നിറയെ ചെടികളും പായലുകളും വളർന്നതിനാൽ പലതരം ജലജീവികളെക്കൊണ്ട് സമ്പന്നമാണ് കുളങ്ങരക്കണ്ടിയിലെ കുളം.

മഴക്കാലത്ത് വെള്ളം നിറഞ്ഞുകവിഞ്ഞ് ഒഴുകുന്ന കുളങ്ങരക്കണ്ടി കുളത്തിന് ഒരു സവിശേഷതയുണ്ട്. മഴ കുറയുമ്പോൾ വെള്ളം കുറഞ്ഞ് വറ്റാൻ തുടങ്ങും. അപ്പോൾ വെള്ളത്തിൽ മാത്രം ജീവിക്കാൻ കഴിയുന്ന മത്സ്യങ്ങളോടൊപ്പം മറ്റു ജന്തുക്കളും സസ്യങ്ങളും കൂട്ടത്തോടെ മരിച്ച് ഇല്ലാതാവും. പിന്നീട് ഏതാനും ദിവസം വെള്ളമില്ലാത്ത കുളത്തിന്റെ ഉണങ്ങിവരണ്ട അടിത്തട്ട് ദൃശ്യമാവും.

ശക്തമായ വേനൽക്കാലത്തിനു ശേഷം പുതുമഴ പെയ്താൽ ഉണങ്ങിവരണ്ട കുളത്തിൽ വെള്ളം നിറയാൻ തുടങ്ങും. അതിനുശേഷം പെരുമഴക്കാലത്തിന്റെ വരവോടെ പുത്തൻകുളത്തിൽ വെള്ളം നിറയുന്നതോടൊപ്പം ജല ജന്തുക്കളും സസ്യങ്ങളും വന്നുചേരും. ജലജന്തുക്കൾ ആരൊക്കെ ആണെന്നോ?

പ്രധാനമായും മത്സ്യങ്ങൾ തന്നെ. പിന്നെ തവളയുടെ മുട്ടവിരിഞ്ഞ് പുറത്തുവരുന്ന വാൽമാക്രികൾ, പലതരം ജല ഷ്ഡ്പദങ്ങൾ, പുഴുക്കൾ തുടങ്ങി അനേകം കാണും. ഇവരെ കൂടാതെ ഇടയ്ക്കിടെ വിരുന്നുവരുന്ന പാമ്പുകൾ, പക്ഷികൾ എന്നിവരും ഉണ്ട്. ജന്തുക്കളും സസ്യങ്ങളും ചേർന്ന് പുതിയൊരു ആവാസവ്യവസ്ഥ കുളത്തിൽ സൃഷ്ടിക്കപ്പെടുന്നു.

പതിവുപോലെ വലിയൊരു വരൾച്ചക്ക് ശേഷമാണ് ഈ വർഷവും മഴ പെയ്തത്. മണ്ണിലാകെ വെള്ളം നിറഞ്ഞപ്പോൾ ചെടികൾ ഓരോ

ന്നായി മുളച്ച് വളരാൻ തുടങ്ങി. കുളങ്ങരക്കണ്ടിയിലെ കുളത്തിൽ വെള്ളം നിറയാൻ കൂടുതൽ ദിവസം വേണ്ടിവന്നു. അപ്പോഴേക്കും വെള്ളത്തിൽ പലതരം ജന്തുക്കളും ചെടികളും വളരാൻ തുടങ്ങി. ഇത്തവണ പുതിയതായി ഏതാനും ജന്തുക്കൾ കൂടി വന്നെത്തി. അക്കൂട്ടത്തിൽ പ്രധാനപ്പെട്ട കക്ഷിയാണ് കരയാമ. അതായത് കരയിൽ ജീവിക്കുന്ന ആമ. ഭീമാകാരന്മാരായ കടലാമകളെ പോലെ വെള്ളത്തിൽ നീന്തുമെങ്കിലും വലിപ്പം കുറഞ്ഞ കരയാമകൾ ഇഷ്ടപ്പെടുന്നത് കരയിലുള്ള ജലാശയങ്ങളുടെ തീരങ്ങളാണ്.

കുളങ്ങരക്കണ്ടിയിലെ കുളത്തിൽ എത്തിച്ചേർന്ന കരയാമ ഭയങ്കര മടിയനാണ്. പുറത്തെ ഭാരമുള്ള തോട് വഹിച്ച് അധികദൂരം നടക്കാനും വെള്ളത്തിലിറങ്ങി നീന്താനും ആഹാരം കണ്ടെത്താനും നമ്മുടെ ആമക്ക് മടിയാണ്. വിശക്കുമ്പോൾ അവനൊരു സൂത്രം ചെയ്യും. കാലുകളും തലയും വാലും തോടിന്റെ ഉള്ളിലേക്ക് വലിച്ച് ചത്തതുപോലെ കിടക്കും. കുളക്കരയിലുള്ള ഒരു കല്ല് എന്നായിരിക്കും കാണുന്നവർക്ക് തോന്നുക. അല്പസമയം അങ്ങനെ കിടക്കുമ്പോൾ ഏതെങ്കിലും ചെറിയ ജീവി അരികിലൂടെ പോകുന്ന ഒച്ചകേട്ടാൽ പെട്ടെന്ന് തല വെളിയിലേക്കിട്ട് ഇരയെ വായിലാക്കി പല്ല് ഇല്ലാത്തതുകൊണ്ട് വിഴുങ്ങും. അങ്ങനെ അദ്ധ്വാനം കൂടാതെ ഭക്ഷണം കഴിക്കുന്ന ശീലമാണ് കരയാമയുടേത്.

മടിയനായ കരയാമക്ക് സൂത്രപ്രയോഗത്തിലൂടെ ധാരാളം തിന്നാൻ കിട്ടുന്നതുകൊണ്ട് അവന്റെ ദേഹം തടിച്ച് കൊഴുത്തു. അദ്ധ്വാനിക്കാതെ ഭക്ഷണം കിട്ടിയതിനാൽ കുളങ്ങരക്കണ്ടി കുളത്തിനരികിൽ സ്ഥിരമായി താമസിക്കാൻ അവൻ തീരുമാനിച്ചു. ഒരുദിവസം രാവിലെ കരയാമ കുളക്കരയിൽ കിടക്കുകയാണ്. തലയും വാലും കാലുകളും കാണാത്ത അവസ്ഥയിൽ അവനെ കണ്ടാൽ മറ്റുള്ള കല്ലുകളുടെ കൂട്ടത്തിലൊരു കല്ല് ആണെന്നേ തോന്നുകയുള്ളൂ. അപ്പോഴാണ് സമീപത്തുള്ള പുല്ലുകൾക്കിടയിൽ ചെറിയൊരു ശബ്ദം കേട്ടത്. ഇരയാണെന്ന് ചിന്തിച്ച കരയാമ ഭക്ഷണം കഴിക്കാൻ തയ്യാറെടുത്തു.

ശബ്ദം അരികിലെത്തിയപ്പോൾ കണ്ടത് ചെറിയൊരു തലയാണ്, ഓന്തായിരിക്കണം. നല്ലൊരു ഇരയെ തിന്നാമെന്ന കൊതിയോടെ കരയാമ തല പുറത്തേക്ക് നീട്ടി മുന്നിലുള്ള ജീവിയെ വായിലാക്കി. പെട്ടെന്നാണ് അത് സംഭവിച്ചത്. വായ്ക്കകത്തുള്ള ജീവി ആമയുടെ നാവിലൊരു കടി കൊടുത്തു. അതോടെ വേദനിച്ച ആമ കരഞ്ഞുകൊണ്ട് ഓടാൻ തുടങ്ങിയപ്പോഴാണ് കാര്യം മനസ്സിലായത്. ഇരയെന്ന് കരുതിയിട്ട് വാ

യിലാക്കിയത് ഒരു നീർക്കോലി പാമ്പിന്റെ തല ആയിരുന്നു!

വായിൽനിന്നും പുറത്തേക്ക് നീളുന്ന പാമ്പുമായി കുളക്കരയിലൂടെ കരയാമ ഓടുന്നത് കണ്ടപ്പോൾ മറ്റുള്ളവർക്ക് കൌതുകമായി. ഇത്രയും കാലം ഇരുന്ന ഇടത്തുനിന്നും ഒരിഞ്ചുപോലും അനങ്ങാൻ മടിച്ച ആമയാണ് മുയലിന്റെ വേഗതയിൽ ഓടുന്നത്. അഞ്ചാറ് തവണ കരയിലൂടെ പാമ്പിനെയും വലിച്ചുകൊണ്ട് ഓടിയശേഷം അവൻ കുളത്തിലേക്ക് ചാടി. വെള്ളത്തിൽ മുങ്ങിയപ്പോൾ വായിലുള്ള നീർക്കോലി പുറത്തേക്ക് വീണു. കാലുകൾ കൊണ്ട് തുഴഞ്ഞ് വെള്ളത്തിൽ ഊളിയിട്ട് ആമ നിർത്താതെ നീന്തുന്നത് തുടരുമ്പോൾ പേടിച്ചുപോയ പാമ്പ് കുളക്കരയിലെ മാളത്തിൽ കയറി ഒളിച്ചിരുന്നു.

****

ചെന്നായകൾക്ക് പറ്റിയ അമളി

ചെന്നായകളെ കണ്ടിട്ടുണ്ടോ? നേരിട്ട് കണ്ടിട്ടില്ലെങ്കിലും ചിത്രങ്ങൾ കണ്ടവരും കഥകൾ കേട്ടവരുമായി അനേകംപേർ ഉണ്ടാവും. ചെന്നായകൾ കഥാപാത്രമായ അനവധി കഥകൾ വായിച്ചിട്ടുണ്ട്. ഒരു കാലത്ത് നമ്മുടെ കാടുകളിൽ ധാരാളം ചെന്നായകൾ ഉണ്ടായിരുന്നു. ഇപ്പോഴും കാടിന്റെ ഉള്ളകത്ത് പോയാൽ ചെന്നായക്കൂട്ടങ്ങളെ നമുക്ക് കാണാൻ കഴിയും.

കൂട്ടമായി ജീവിക്കുന്ന ജന്തുവർഗങ്ങളിൽ ഒന്നാണ് ചെന്നായകൾ. കൂട്ടമായി ചേർന്ന് സഞ്ചരിക്കുകയും ഇരപിടിക്കുകയും ഭക്ഷണം കഴിക്കുകയും ചെയ്യുന്ന ചെന്നായകൾക്ക് മുതിർന്ന ഒരു നേതാവ് ഉണ്ടാവും. നേതാവിന്റെ നിയന്ത്രണത്തിലാണ് അംഗങ്ങളെല്ലാം നീങ്ങുന്നത്. ഓട്ടത്തിൽ സമർത്ഥരായ മറ്റു മൃഗങ്ങളെ കൂട്ടമായി ആക്രമിച്ചാണ് എല്ലാവരും ഭക്ഷണം കണ്ടെത്തുന്നത്. ക്രൂരന്മാരായ ഒരുപറ്റം കൊലയാളികളാണ് ചെന്നായ കൂട്ടങ്ങൾ.

കിഴക്കൻ മലയിലെ മരമിറങ്ങികാട്ടിൽ ധാരാളം ചെന്നായകൾ ഒത്തുചേർന്ന കൂട്ടത്തിന്റെ നേതാവാണ് ചെമ്പൻചെന്നായ. പതിനഞ്ചോളം അംഗങ്ങളിൽ എല്ലാവരും നേതാവ് പറയുന്നതുപോലെ ഒന്നിച്ച് ഒരേ മനസോടെ പ്രവർത്തിക്കുന്നതിനാൽ ഭക്ഷണത്തിന് ക്ഷാമം ഉണ്ടാവാറില്ല. കാട്ടിലുള്ള മാനുകളും കാട്ടുപോത്തുകളും ചെന്നായകളെക്കാൾ മികച്ച ഓട്ടക്കാരാണ്. അവരെ പിടിക്കാനായി കൂട്ടത്തിൽ ഓരോ ചെന്നായയും പലയിടങ്ങളിലായി ഒളിച്ചിരിക്കുന്നു. ആദ്യം ഓടിയവൻ ക്ഷീണിക്കുമ്പോൾ അടുത്ത ആൾ ഓടുന്നു. ഒടുക്കം മാൻ ക്ഷീണിക്കുമ്പോൾ എല്ലാവരും ചേർന്ന് കൊന്നു തിന്നുന്നു. അങ്ങനെ പട്ടിണി കൂടാതെ ചെന്നായക്കൂട്ടം കാടുകളിൽ ജീവിച്ചു.

ഇങ്ങനെയുള്ള സൂത്രം ഉപയോഗിച്ച് ഒരുദിവസം ചെന്നായകൾ പിടിച്ചുതിന്നത് ഒരു പുള്ളിമാനിനെ ആയിരുന്നു. പിറ്റേന്ന് ഒരു കാട്ടുകുതിര അവരുടെ ഭക്ഷണമായി. അതിനുശേഷം കിട്ടിയത് വലിയൊരു കാട്ടു

പോത്ത് ആയിരുന്നു. ആ ദിവസം എല്ലാവരും ധാരാളം ഭക്ഷണം കഴിച്ച തിനാൽ രണ്ടു ദിവസത്തേക്ക് മറ്റൊന്നും തിന്നാനായില്ല. എങ്കിലും ക്ര മേണ ചെന്നായകളുടെ സുഖജീവിതത്തിന് പലതരം പ്രശ്നങ്ങൾ ഉ ണ്ടായി.

മനുഷ്യന്റെ കൈയേറ്റം കൊണ്ട് കാട്ടിലുള്ള മരങ്ങളുടെ എണ്ണം കു റഞ്ഞു. ഉരുൾപൊട്ടലും വെള്ളപ്പൊക്കവും മണ്ണൊലിപ്പും കാരണം കാട് ചെറുതായി വന്നു. പണ്ടത്തെപോലെ ധാരാളം ഇരകളെ കിട്ടാതായതോ ടെ ചെന്നായക്കൂട്ടത്തിന്റെ നേതാവായ ചെമ്പൻ ചെന്നായക്ക് പരിഭ്രമമാ യി. ഇങ്ങനെപോയാൽ ഭൂമിയിൽ ചെന്നായ വർഗം ഇല്ലാതാവുമോ എ ന്ന ആശങ്ക അവന്റെ മനസ്സിൽ ഉയർന്നു.

ഏതാനും ദിവസങ്ങളായി ചെന്നായകൾക്ക് ഒരൊറ്റ ഇരയെയും കി ട്ടാതായപ്പോൾ നേതാവിനെതിരെ മറ്റുള്ളവർ തിരിഞ്ഞു. അവനെന്ത് ചെ യ്യാനാണ്? മരമിറങ്ങി കാട്ടിലാകെ തപ്പിനോക്കിയാൽ ഒരൊറ്റ ഇരയെ യും കാണാനില്ല. അപ്പോഴാണ് കൂട്ടത്തിലുള്ള കുട്ടിചെന്നായ പുതിയൊ രു അഭിപ്രായം പറഞ്ഞത്,,

'നമുക്ക് നാട്ടിലേക്ക് പോകാം. അവിടെ മനുഷ്യന്മാർ ധാരാളം ജീവി കളെ വളർത്തുന്നുണ്ട്'

കുഞ്ഞിയുടെ അഭിപ്രായം എല്ലാവർക്കും ഇഷ്ടപ്പെട്ടു. അവരെല്ലാം നാട്ടിലേക്കുള്ള വഴി അന്വേഷിക്കാൻ തുടങ്ങി.

രാത്രിയുടെ അന്ധകാരത്തിൽ ഭക്ഷണത്തിനുള്ള ജന്തുക്കളെ അന്വേ ഷിച്ചുകൊണ്ട് ചെന്നായക്കൂട്ടം നാട്ടിലിറങ്ങി. നാട്ടിൽ എന്നുവെച്ചാൽ മ നുഷ്യർ താമസിക്കുന്ന ഇടങ്ങളിൽ അവർ എത്തിച്ചേർന്നു. അവിടെ എ ത്തിയപ്പോൾ പലതരം ജന്തുക്കളെ കാണാനിടയായ ചെന്നായകൾ ഞെ ട്ടി. ഒരു വശത്ത് പക്ഷികളായ കോഴികൾ, ടർക്കികൾ, താറാവുകൾ, പ്രാവുകൾ, തത്തകൾ. മറ്റൊരു ഭാഗത്ത് ജന്തുക്കളായ ആടുകൾ, മുയ ലുകൾ, പശുക്കൾ, പോത്തുകൾ, പട്ടികൾ തുടങ്ങിയവ. കാട്ടിലുള്ളതി ന്റെ എത്രയോ ഇരട്ടി ജീവികളാണ് നാട്ടിലുള്ളതെന്ന് അറിയാനിടയായ ചെന്നായകൾക്ക് സന്തോഷമായി. ചില ജന്തുക്കൾ കൂട്ടിലാണെങ്കിൽ വേറെ ചിലതിനെ കെട്ടിയിട്ടിരിക്കും. ഇവയൊന്നും കൂടാതെ അലഞ്ഞു നടന്ന് ജീവിക്കുന്നവ അനേകം ഉണ്ട്. കാട്ടിൽവെച്ച് ചെയ്യുന്നതുപോലെ ഇരയെ ഓടിച്ചിട്ട് പിടിക്കേണ്ടതില്ല. എങ്ങോട്ട് തിരിഞ്ഞാലും ചെന്നായ കൾക്ക് ഇഷ്ടംപോലെ ഭക്ഷണം.

പക്ഷെ?

രാത്രിയുടെ മറവിൽ ഒളിച്ചിരുന്ന് വേണം ഇരപിടിക്കാൻ.

ആളുകൾ കണ്ടാൽ കല്ലും വടിയുമായി കൂട്ടത്തോടെ വന്ന് ആക്ര

മിക്കും.

ചെന്നായക്കൂട്ടം സുഭിക്ഷമായി ഭക്ഷണം കഴിച്ച് ജീവിക്കുമ്പോൾ വളർത്തു ജീവികളുടെ എണ്ണം കുറയുന്നത് മനുഷ്യരിൽ ആശങ്ക ഉണ്ടാക്കി. കെണിവെച്ചും വെടിവെച്ചും വിഷമുള്ള ഭക്ഷണം ഒരുക്കിയും ചെന്നായകളെ നശിപ്പിക്കാൻ ശ്രമിച്ചെങ്കിലും അവരുടെ എണ്ണത്തിൽ കുറവ് വന്നില്ല. അവർ കൂവിയും വിളിച്ചും കൂട്ടമായി നടന്ന് ഇരപിടിക്കൽ തുടർന്നു.

ഒരുദിവസം ചെന്നായക്കൂട്ടം എത്തിച്ചേർന്നത് പശുവിന്റെ തൊഴുത്തിലാണ്. തടിച്ചുകൊഴുത്ത അഞ്ചാറ് പശുക്കൾ തൊഴുത്തിന്റെ അകത്തുനിന്ന് പച്ചപ്പുല്ല് തിന്നുന്നത് കണ്ടപ്പോൾ അവർക്ക് കൊതിയായി. കൂട്ടത്തിൽ ഒരു പശുവിനെ കിട്ടിയാൽ തന്നെ എല്ലാവർക്കും വയറുനിറയെ തിന്നാം. ഒച്ചയാക്കാതെ അകത്തേക്ക് കയറാനുള്ള വാതിലിന്റെ അരികിൽ കുറച്ചുപേർ എത്തി. അപ്പോൾ, അതാ അവിടെ വലിയൊരു മനുഷ്യൻ.

അർദ്ധരാത്രി കാലിത്തൊഴുത്തിന് സമീപം ഒറ്റക്കുനിൽക്കുന്ന മനുഷ്യനെ കാണാനിടയായ ചെന്നായകൾ ഞെട്ടി. ഒറ്റപ്പെട്ട മനുഷ്യൻ എന്ത് ചെയ്യാനാണ്? അവനിപ്പോൾ പേടിച്ച് ഓടാൻ തുടങ്ങും. ചെന്നായകൾ ധൈര്യമായി മുന്നോട്ട് നടന്നു. മനുഷ്യനാണെങ്കിൽ ഒന്നും മിണ്ടാതെ അവരെനോക്കി നിൽക്കുകയാണ്. അയാൾ നിൽക്കുന്നത് കണ്ടപ്പോൾ ചെന്നായകൾക്ക് എന്തോ പന്തികേട് തോന്നി. സാധാരണ ചെന്നായകളെ കണ്ടാൽ മനുഷ്യൻ പേടിച്ച് ഓടുമെങ്കിലും ഈ മനുഷ്യനെന്താ അനങ്ങാതെ നിൽക്കുന്നത്? നേതാവ് ചെമ്പൻ അയാൾക്കു നേരെ അലറിക്കൊണ്ട് ചാടി.

പെട്ടെന്ന് എന്തൊക്കെയോ നടന്നു. ആ മനുഷ്യന്റെ കൈ നീണ്ടുവന്ന് ഒരൊറ്റയടി. ചെമ്പൻ തെറിച്ച് അകലേക്ക് പറന്നു. തുടർന്ന് ആ മനുഷ്യന്റെ കണ്ണിൽനിന്നും പുറത്തുവന്ന തിളക്കമുള്ള രശ്മികളുടെ ചൂടേറ്റ് മറ്റുള്ളവർക്ക് പൊള്ളലേറ്റു. പേടിച്ചരണ്ട ചെന്നായക്കൂട്ടം കരഞ്ഞുകൊണ്ട് ഓടാൻ തുടങ്ങി. പിന്നാലെ ഓടിയെത്തിയ നേതാവ് ചെമ്പൻ വിളിച്ചുകൂവി,

‘അതൊരു യന്ത്രമനുഷ്യനാണ്. നമുക്കിനി രക്ഷയില്ല. എല്ലാവരും കാട്ടിലേക്ക് ഓടിക്കോ’

‘നമ്മളിനി നാട്ടിലേക്കില്ലേ. പുല്ലുതിന്നിട്ട് ആയാലും കാട്ടിൽതന്നെ ജീവിക്കാം’

കരഞ്ഞുകൊണ്ട് കാട്ടിലേക്ക് ഓടുന്നതിനിടയിൽ ചെന്നായകൾ വിളിച്ചുപറഞ്ഞു.

****

വേഴാമ്പലിന്റെ കൊതി

കേരളത്തിലെ ദേശീയപക്ഷി ആരാണെന്നറിയോ?

മലമുഴക്കി വേഴാമ്പൽ.

ഈ മലമുഴക്കിയെ എത്രപേർ കണ്ടിട്ടുണ്ട്?

ചിത്രത്തിൽ കണ്ടിട്ടുണ്ട്.

അധികമാരും നേരിട്ടു കാണാത്ത കാട്ടുവാസി ആയ വേഴാമ്പലിനു പകരം ദേശീയപക്ഷി ആവാനുള്ള യോഗ്യത കേരളത്തിൽ ധാരാളമായി കാണുന്ന കാക്കകൾക്ക് അല്ലേ?

അവരുടെ കുടുംബസ്നേഹത്തിൽ നിന്നാണ് ദേശീയപക്ഷി ആവാനുള്ള യോഗ്യത വേഴാമ്പൽ നേടിയെടുത്തത്. സ്വന്തം ഭാര്യയെയും മക്കളെയും സംരക്ഷിക്കുന്നതിൽ മാതൃക ആവേണ്ട പക്ഷിയാണ് വേഴാമ്പൽ.

നാലുതരം വേഴാമ്പലുകൾ കേരളത്തിൽ കാണപ്പെടുന്നു. കൂട്ടത്തിൽ ഒന്നാണ് നമ്മുടെ ദേശീയപക്ഷി ആയ മലമുഴക്കി വേഴാമ്പൽ. നാട്ടുവേഴാമ്പൽ, പാണ്ടൻ വേഴാമ്പൽ, കോഴി വേഴാമ്പൽ എന്നിവ മറ്റുള്ളവരാണ്. നാല് തരക്കാർ ആണെങ്കിലും എല്ലാവരുടെയും സ്വഭാവവും ജീവിതരീതിയും ഒരുപോലെയാണ്.

കേരളത്തിലെ നാട്ടിൻപുറത്ത് കാണപ്പെടുന്ന പക്ഷിയാണ് നാട്ടുവേഴാമ്പൽ. അവരുടെ ഭക്ഷണം പലതരം മരത്തിൽ ഉണ്ടാവുന്ന കായകളാണ്. വേഴാമ്പലുകൾക്കെല്ലാം ഏറ്റവും ഇഷ്ടപ്പെട്ട ഭക്ഷണമാണ് ആൽമരത്തിന്റെ കായകൾ. ചുവപ്പുനിറമുള്ള ആലിൻകായകൾ തിന്നാൻ അവരെല്ലാം കൂട്ടത്തോടെ എത്തും. ആൽമരങ്ങളെല്ലാം റോഡരികിലാണ് കാണപ്പെടുന്നത്. പഴുത്ത ആലിൻകായകൾ തിന്നാൻ പലതരം പക്ഷികൾ കൂടാതെ മറ്റു ജന്തുക്കളും വരാറുണ്ട്.

കാഞ്ഞിരമുറ്റം റോഡരികിൽ കൂറ്റനൊരു ആൽമരം ഉണ്ട്. മരമുത്തച്ഛനായ ആലിന്റെ പ്രായം എത്രയാണെന്ന് ആർക്കും അറിയില്ല. പടർന്നു പന്തലിച്ച ആൽമരത്തിനു ചുറ്റും നാട്ടുകാർ ചേർന്ന് ആൽത്തറ ഉ

ണ്ടാക്കിയിട്ടുണ്ട്. അവിടെ വിശ്രമിക്കാനായി അനേകം മനുഷ്യർ വൈകുന്നേരം എത്തിച്ചേരും. ആൽമരത്തിൽ കായകൾ നിറഞ്ഞ നേരത്താണ് അവിടെയൊരു നാട്ടുവേഴാമ്പൽ പറന്നുവന്നത്. ചുവന്നുതുടുത്ത ആലിൻകായകൾ കണ്ടതോടെ വേഴാമ്പലിന് കൊതിയായി. നീണ്ടുവളഞ്ഞ കൊക്കുകൊണ്ട് ധാരാളം പഴങ്ങൾ തിന്ന് വയറു നിറഞ്ഞിട്ടും അവന് കൊതി സഹിക്കാനായില്ല. ഏതാനും ദിവസം കൊണ്ട് മറ്റുള്ളവരെല്ലാം ചേർന്ന് അതെല്ലാം തിന്നു തീർക്കുമല്ലോ എന്ന വിഷമം ഉണ്ടായപ്പോൾ പലതരം സൂത്രങ്ങൾ ചിന്തിക്കാൻ തുടങ്ങി.

വയറുനിറഞ്ഞ വേഴാമ്പൽ ആൽമരത്തിന്റെ ശാഖയിലിരുന്ന് വിശ്രമിക്കുകയാണ്. ആലിൻകായകൾ മുഴുവനും തിന്നുന്ന കാര്യത്തെക്കുറിച്ച് വീണ്ടും വീണ്ടും ചിന്തിച്ചപ്പോൾ അവനൊരു സൂത്രം കിട്ടി. മരത്തിന്റെ മുകളിൽ എല്ലാവരും കാണുന്ന കൊമ്പിൽ ഇരുന്നുകൊണ്ട് അവൻ മറ്റുള്ളവരോട് പറഞ്ഞു,

‘കാഞ്ഞിരമുറ്റത്തെ ഈ ആൽമരത്തിൽ ഉണ്ടാവുന്ന കായകളിൽ ചിലത് വിഷമുള്ളതാണ്. അത് തിന്നുന്നവർ പെട്ടെന്നുതന്നെ മരിച്ചുപോവും’

ഇതു കേട്ടപ്പോൾ അരികിലുള്ള കാക്കച്ചി ചോദിച്ചു,

‘ഈ മണ്ടത്തരം ആരാണ് നിന്നോട് പറഞ്ഞത്? നീ തിന്നുനോക്കിയിട്ടുണ്ടോ?’

‘അക്കാര്യം കേട്ടതിനുശേഷം ഞാൻ തിന്നിട്ടില്ല. ആലിന്റെ കീഴിൽ ഇരിക്കുന്ന ഒരു മനുഷ്യൻ പറയുന്നത് ഞാൻ കേട്ടു. വേണമെങ്കിൽ പരിശോധിച്ച് നോക്കിക്കോ’

‘എന്ത് പറയുന്നതാണ് നീ കേട്ടത്?’

‘ഈ മരത്തിൽ ധാരാളം പക്ഷികൾ വരുന്നുണ്ടെന്നും അവയെ കൊല്ലാനായി മരത്തിന്റെ ഒരു കൊമ്പിൽ വിഷം കുത്തിവെച്ചിട്ടുണ്ടെന്നും ഒരു തടിയൻ പറയുന്നത് കേട്ടു. അന്നേരം മുതൽ ഞാനിതിലെ പഴങ്ങളൊന്നും തിന്നിട്ടേയില്ല’

കാക്കച്ചിക്ക് ആകെ സംശയമായി. അവന്റെ പിന്നാലെ എത്തിയ പുള്ളിക്കുയിലിനും പച്ചപ്രാവിനും കുട്ടുറുവനും ബുൾബുളിനും ഇലക്കിളികൾക്കും അണ്ണാനും സംശയമായി. വേഴാമ്പൽ പറഞ്ഞത് സത്യമാണോ കളവാണോ എന്നറിയാതെ എങ്ങനെ ആലിൻകായ തിന്നും? പറഞ്ഞത് ശരിയാണെങ്കിൽ മരിച്ചുപോവില്ലേ? മരത്തിലുള്ള ചുവന്ന പഴങ്ങൾ കൊതിയോടെ നോക്കിയിട്ട് അവരെല്ലാം ഭക്ഷണം കഴിക്കാതെ സ്ഥലം വിട്ടു.

മലയണ്ണാന്റെ സെൽഫി

ആലിൻകായയിൽ വിഷമുണ്ടെന്ന് കാക്കകൾ പറഞ്ഞത് എല്ലാവരും അറിഞ്ഞു. സ്ഥിരമായി ആൽമരത്തിന്റെ കായകൾ തിന്നാൻ വരുന്നവർക്കെല്ലാം ഇക്കാര്യം പ്രയാസമുണ്ടാക്കി. ആരും തിന്നാതെ മരത്തിലുള്ള കായകളെല്ലാം പഴുത്ത് താഴേവീണ് നശിക്കുന്ന കാര്യം ആലോചിച്ച് എല്ലാവരും സങ്കടപ്പെട്ടു.

രണ്ടുദിവസം കഴിഞ്ഞപ്പോൾ പഴുത്ത് താഴെ വീഴുന്ന ആലിൻകായകളുടെ എണ്ണം വർദ്ധിച്ചു. ജീവനിൽ കൊതിയുള്ളതുകൊണ്ട് ആൽമരത്തിന്റെ അരികിൽ പോകാൻപോലും പക്ഷികൾക്ക് ഭയമായി. അതിനിടയിൽ നമ്മുടെ അണ്ണാൻ കുഞ്ഞന് സംശയമായി. ആലിൻകായയിൽ വിഷമുണ്ടെന്നല്ലേ പറഞ്ഞത്, മരത്തിൽ വിഷം ഉണ്ടെന്ന് പറഞ്ഞില്ലല്ലോ. അവൻ ആൽമരത്തിൽ കയറിയിട്ട് പഴമൊന്നും തിന്നാതെ തൊടാതെ വലിയ ശാഖയിലെ പൊത്തിനകത്ത് കിടന്ന് വിശ്രമിച്ചു.

ആൽമരത്തിൽ കിടന്ന അണ്ണാൻ സുഖമായി ഉറങ്ങാൻ തുടങ്ങി. അല്പസമയം കഴിഞ്ഞ് ചെറിയൊരു ശബ്ദം കേട്ടപ്പോൾ അവന്റെ ഉറക്കം ഞെട്ടി. അരികിലൊരു അനക്കം. ആലിന്റെ ഇലകൾ ചലിക്കുകയാണ്. ശ്രദ്ധിച്ച് നോക്കിയപ്പോൾ അണ്ണാൻ ഞെട്ടി. വേഴാമ്പൽ അതാ ആലിൻകായ കൊക്കിലാക്കി വിഴുങ്ങുന്നു. വിഷമാണെന്ന് പറഞ്ഞവൻ തന്നെ മറ്റാരും അറിയാതെ അതെല്ലാം തിന്നുന്ന ആശ്ചര്യകരമായ കാഴ്ച കാണാനിടയായ അണ്ണാൻ ആ നേരത്ത് ശബ്ദമൊന്നും ഉണ്ടാക്കിയില്ല. ഇഷ്ടം പോലെ ആലിൻകായ തിന്നശേഷം വേഴാമ്പൽ അകലേക്ക് പറന്നുപോയി.

ആൽമരത്തിൽ വെച്ച് കാണാനിടയായ കാര്യം അണ്ണാൻ കുഞ്ഞൻ എല്ലാ പക്ഷികളോടും പറഞ്ഞു. പിറ്റേന്ന് രാവിലെ പക്ഷികളെല്ലാം വന്ന് ആൽമരത്തിന്റെ ഇലകൾക്കിടയിൽ ഒളിച്ചിരുന്നു. അപ്പോഴാണ് വേഴാമ്പൽ മരത്തിലേക്ക് പറന്നുവന്നത്. അവൻ ആലിൻകായ തിന്നുമ്പോൾ എല്ലാ പക്ഷികളും പറന്നുവന്ന് ആക്രമിക്കാൻ തുടങ്ങി. തട്ടിപ്പുകാരനായ വേഴാമ്പലിനെ മറ്റുള്ള പക്ഷികൾ ചേർന്ന് കാട്ടിലേക്ക് കൊത്തിയോടിച്ചു.

****

അഷ്ടഗ്രഹയോഗം

ബഹിരാകാശത്ത് സൌരയൂഥത്തിന്റെ പരിധിയിൽ വെച്ച് നടക്കുന്ന അഷ്ടഗ്രഹയോഗത്തിൽ പങ്കെടുത്തവരെല്ലാം കൂടുതൽ ശ്രദ്ധിച്ചത് ഭൂമിയെ ആണ്. എത്രയോകാലം മുൻപ് നടന്നിരുന്ന നവഗ്രഹയോഗത്തിൽ പ്ലൂട്ടോയോടൊപ്പം നടന്നിരുന്ന അവൾക്ക് എന്തൊരു അഹങ്കാരമായിരുന്നു. കുളിച്ചുകുറിയിട്ട് തിളങ്ങുന്ന പട്ടുടയാടകളും ആഭരണങ്ങളും അണിഞ്ഞ് കൊച്ചുസുന്ദരിയായ അവൾ എല്ലായിപ്പോഴും മറ്റുള്ളവരുടെ ആകർഷണബിന്ദു ആയിരുന്നു. ഇപ്പോഴാണെങ്കിൽ കീറിപ്പറിഞ്ഞ ആടകൾക്കുള്ളിൽ ദേഹമാസകലം പരിക്കേറ്റ് വൃദ്ധയെപ്പോലെ വിരൂപമായ രൂപം ഒളിപ്പിക്കുന്ന ദയനീയ ദൃശ്യമാണ് അവളുടേത്. ഒരു കുന്നിനു പിന്നിൽ കുഴിയുണ്ടാവും എന്ന് ഒരിക്കലും ഭൂമി ഓർത്തിരിക്കില്ല.

അഥവാ ഓർത്താൽതന്നെ എന്തുചെയ്യാനാണ്?

എല്ലാം ചെയ്തത് അവളിൽനിന്നും പിറവിയെടുത്ത സ്വന്തം മക്കൾ തന്നെയാണല്ലൊ.

മറ്റുള്ളവരിൽനിന്നും ഒഴിഞ്ഞുമാറി നിൽക്കുന്ന ഭൂമിയെ ആദ്യമായി പിടിച്ചുനിർത്തിയത് ശനിയാണ്. അവൻ ചോദിച്ചു,

'പെങ്ങളെ നിനക്കെന്തുപറ്റി? നിന്റെയീ അവസ്ഥ സഹിക്കാവുന്നതിലും അപ്പുറമാണല്ലൊ'

'ഞാനെന്ത് ചെയ്യാനാണ് ചേട്ടാ. ആ മനുഷ്യന്മാരൊക്കെ ഇങ്ങനെ മാറുമെന്ന് ഒരിക്കലും ചിന്തിച്ചിരുന്നില്ല.'

'ചിന്തിച്ചിരുന്നെങ്കിൽ നിനക്കെന്ത് ചെയ്യാനാവും?'

'ചേട്ടാ, അവരുടെ പോക്ക് അത്ര ശരിയല്ലെന്ന് ആദ്യമേ മനസ്സിലായെങ്കിൽ ഞാനവരെ ചുട്ടു കൊല്ലുമായിരുന്നു. അത്രമാത്രം ചൂട് എന്റെയുള്ളിൽ അണയാതെയുണ്ട്'

'എന്നിട്ട് നീയിനി എന്ത് ചെയ്യാനാണ് പോകുന്നത്?'

'ഏതാനും ദിവസങ്ങൾ കൂടി കാത്തിരിക്കും. വേദനിക്കുന്ന അനേകം അനുഭവത്തിലൂടെ മനുഷ്യർ പഠിക്കുമോയെന്ന് നോക്കട്ടെ'

'എന്നിട്ട്?'

'എന്നിട്ടും നന്നായില്ലെങ്കിൽ അവരെ ഞാനൊരു പാഠം പഠിപ്പിക്കും'

'എന്നാലും നിനക്കുമാത്രമായ ഭാഗ്യം കണ്ടിട്ട് ഞങ്ങളൊക്കെ എത്ര അസൂയപ്പെട്ടതാണ്. ഇപ്പോൾ, ആകെ വിരൂപമായിട്ട്, എന്തൊരു കോലമാണ്?'

'അടുത്ത യോഗത്തിൽ വരുമ്പോൾ ഞാനും മറ്റുള്ളവരെപ്പോലെയാവും. എന്നാലും മനുഷ്യന്മാർ ഇങ്ങനെയൊക്കെ ചെയ്യുമെന്ന് വിചാരിച്ചിരുന്നില്ല. കുന്നുകൾ ഇടിച്ചു നിരത്തി, മരങ്ങളെല്ലാം മുറിച്ച് കാടും കാട്ടുജീവികളെയും നശിപ്പിച്ചു, ചൂട് കൂടിയപ്പോൾ ഐസെല്ലാം ഉരുകി വെള്ളപ്പൊക്കം വരുത്തി, മണ്ണിലാകെ മാലിന്യങ്ങൾ കലർത്തി, തെളിനീർ ഒഴുകുന്ന ജലാശയങ്ങൾ കൂടാതെ കടലിലും മാലിന്യങ്ങൾ നിറച്ചു. എനിക്കിനി വയ്യാ.'

'അങ്ങനെയാണെങ്കിൽ എത്രയും വേഗത്തിൽ അവരെ നശിപ്പിച്ചാൽ പോരെ?'

'ആദ്യമെ അങ്ങനെ ചെയ്തെങ്കിൽ മറ്റുള്ള ജീവികളെങ്കിലും രക്ഷപ്പെടുമായിരുന്നു. ഇപ്പോഴാണെങ്കിൽ മനുഷ്യരല്ലാതെ മറ്റൊന്നും ഇവിടെയില്ലല്ലൊ'

'എന്നാൽ പെട്ടെന്നുതന്നെ നീയങ്ങോട്ട് തുടങ്ങിക്കൊ. അല്ലെങ്കിൽ പ്ലൂട്ടോയെ പുറത്താക്കിയതു പോലെ നിന്നെയും പുറത്താക്കേണ്ടി വരും'

'ചേട്ടൻ നോക്കിക്കൊ, ഞാനൊന്ന് കറങ്ങിവരട്ടെ.'

ഭൂമിയുടെ തീവ്രമായ കറക്കത്തോടൊപ്പം ചൂടുപിടിച്ച ഉൾക്കാമ്പിലെ അഗ്നിജ്ചാലകൾ പതഞ്ഞുപൊങ്ങിയതോടെ മനുഷ്യൻ നിർമ്മിച്ച ആകാശസൌധങ്ങളും അത്യാഗ്രഹങ്ങളും സ്വപ്നങ്ങളും അവനോടൊപ്പം തകർന്നടിഞ്ഞ് ചാമ്പലായി. അതിനുശേഷം പുതിയൊരു ജീവന്റെ പിറവിക്കും കോടിക്കണക്കിന് വർഷങ്ങൾ നീളുന്ന പരിണാമത്തിനും വേണ്ടി ഭൂമി കാത്തിരിക്കുകയാണ്.

****

പ്രസവിക്കുന്ന അച്ഛൻ

കടലിലെ അടിത്തട്ടിൽ പവിഴപ്പുറ്റുകൾക്കിടയിൽ ജീവിക്കുന്ന കുതിരയുടെ മുഖമുള്ള ചെറിയ ഇനം മത്സ്യങ്ങളാണ് കടൽക്കുതിര. ഒറ്റനോട്ടത്തിൽ കാണുമ്പോൾ കുതിരയുടെ മുഖം പോലെ തോന്നുന്നത് കൊണ്ടാണ് കടൽക്കുതിര എന്ന പേരുണ്ടായത്. അതുപോലെ കടലാനയും കടൽപ്പശുവും കടൽനായയും കടൽപ്പാമ്പും കടലാമയും കടൽത്താമരയും കടൽത്തേങ്ങയും കടൽവെള്ളരിക്കയും ഉണ്ട്. ഇക്കൂട്ടത്തിൽ വിചിത്ര സ്വഭാവമുള്ള ജന്തുവാണ് കടൽക്കുതിര.

കുതിരയുടെ മുഖത്തോടൊപ്പം വളഞ്ഞ ഉടലും ചിറകുകളും ചേർന്ന കടൽക്കുതിരയുടെ വാൽ സ്പ്രിംഗ് പോലെ ചുരുണ്ടതാണ്. എല്ലാ മത്സ്യങ്ങളും ചെയ്യുന്നതുപോലെ മുട്ടയിടുമെങ്കിലും കടൽക്കുതിര പ്രസവിക്കുന്നുണ്ട്. അവരുടെ കൂട്ടത്തിൽ പ്രസവിക്കുന്ന ജോലി പെണ്ണിന്റേത് അല്ല. ആ ജോലി ആൺമത്സ്യങ്ങൾക്കാണ്. പ്രസവിക്കുന്ന അച്ഛൻ.

പ്രസവിക്കുന്ന മത്സ്യം, പ്രസവിക്കുന്ന അച്ഛൻ എന്നിവയെല്ലാം കടൽക്കുതിരയുടെ പ്രത്യേക ശീലങ്ങളാണ്. കുതിരമുഖവുമായി ജലത്തിനടിയിൽ തെന്നിനീങ്ങുന്ന അവർ വാൽകൊണ്ട് ജലസസ്യങ്ങളിലും പവിഴപ്പുറ്റിലും ചുരുട്ടിപ്പിടിച്ച് വിശ്രമിക്കുന്നു. കൈകാലുകൾ ഇല്ലാതെ ചെറിയ ചിറകുകൾ മാത്രമുള്ള കടൽക്കുതിരകളിൽ ഭാര്യയും ഭർത്താവും എല്ലായിപ്പോഴും ഒന്നിച്ചായിരിക്കും. അതിനിടയിൽ മറ്റു മത്സ്യങ്ങളെപോലെ പെണ്ണ് വെള്ളത്തിൽ മുട്ടയിടുന്നു. ആനിമിഷം ആൺ കടൽക്കുതിര ഓരോ മുട്ടയും കടിച്ചെടുത്ത് സ്വന്തം വയറ്റിലുള്ള സഞ്ചിയിൽ നിക്ഷേപിക്കുന്നു. അതിനു യോജിച്ചതരം സഞ്ചി ആൺ മത്സ്യത്തിന് ഉണ്ടായിരിക്കും.

വയറ്റത്തെ സഞ്ചിയിൽ മുട്ട നിറഞ്ഞ ആൺ കടൽക്കുതിരയെ കണ്ടാൽ ശരിക്കുമൊരു ഗർഭിണിയെ പോലെ തോന്നും. ഏതാനും ദിവസം കഴിയുമ്പോൾ മുട്ടവിരിഞ്ഞ് കുഞ്ഞുങ്ങൾ സഞ്ചിയിൽ നിറയുന്നു. എല്ലാ മുട്ടകളും വിരിഞ്ഞ് പ്രസവിക്കാൻ സമയമായാൽ ആൺമത്സ്യം

പവിഴപ്പുറ്റുകൾക്ക് സമീപം വന്ന് ഓരോ കുഞ്ഞിനെ വീതം പുറത്താക്കി കടലിലെ വെള്ളത്തിലേക്ക് വിടുന്നു.

പ്രസവിക്കാറായി വയറുവീർത്ത ആൺ കടൽക്കുതിരയെ മറ്റുള്ള മത്സ്യങ്ങൾ ചേർന്ന് കളിയാക്കുന്നത് പതിവാണ്. വളരെ പ്രയാസത്തോടെ കടൽപായലുകൾക്ക് സമീപം വിശ്രമിക്കുമ്പോൾ ആവോലിയും അയലയും വന്ന് കളിയാക്കുന്നത് കേട്ടപ്പോൾ കുതിരയച്ഛന് പ്രയാസമായി. അവരെല്ലാം ചേർന്ന് പറഞ്ഞു,

'വെള്ളത്തിലുള്ള എല്ലാ മത്സ്യങ്ങളും മുട്ടിയിടുമ്പോൾ ഇവിടെ ഒരുത്തൻ പ്രസവിക്കുന്നു. ഇതൊരു തെറ്റായ സംഗതിയാണ്'

കടൽക്കുതിരക്ക് അവരോട് ധാരാളം പറയണമെന്നുണ്ട്. എന്നാൽ പ്രസവവേദന തുടങ്ങിയതിനാൽ അവനൊന്നും മിണ്ടിയില്ല. ആ നേരത്ത് വികൃതിയായ ഒരു അയല അരികിലെത്തി വീണ്ടും പരിഹസിച്ചു,

'ഭൂമിയിലുള്ള ജന്തുക്കളുടെ കൂട്ടത്തിൽ പ്രസവിക്കുന്നവർ അനേകം ഉണ്ട്. പക്ഷെ അവരുടെയെല്ലാം കൂട്ടത്തിൽ കുഞ്ഞ് വളർന്ന് പ്രസവിക്കുന്ന ജോലി പെണ്ണുങ്ങൾക്ക് ആണ്. ഇവിടെയൊരുത്തൻ ആണായിട്ടും പെണ്ണുങ്ങളെ പോലെ പ്രസവിക്കുന്നു'

ഇതെല്ലാം കേട്ടപ്പോൾ കടൽക്കുതിരയുടെ ഭാര്യ മുന്നോട്ടുവന്ന് പറഞ്ഞു,

'ആരൊക്കെയാണ് വന്നത്? സുഹൃത്തുക്കളെ, എല്ലായിടത്തും പെണ്ണുങ്ങൾ പ്രസവിക്കുമ്പോൾ നമ്മുടെ കൂട്ടത്തിൽ ആണുങ്ങൾ പ്രസവിക്കുന്ന ശീലമാണ്. ആണായയാലും പെണ്ണായയാലും കുഞ്ഞുങ്ങളെ സുരക്ഷിതമായി പ്രസവിച്ചാൽ പോരേ?'

'മതി മതിയേ, പ്രസവിക്കുന്ന അച്ഛൻ'

'പിന്നെ മുട്ടയിടുന്ന കാര്യം. വിശാലമായ കടലിൽ മത്സ്യങ്ങളെല്ലാം മുട്ടയിട്ടാൽ അവയെല്ലാം വിരിഞ്ഞ് കുഞ്ഞുങ്ങൾ ഉണ്ടാവുമെന്ന് ഉറപ്പുണ്ടോ? ഈ നിൽക്കുന്ന ആവോലിപ്പെണ്ണ് കഴിഞ്ഞ തവണ വെള്ളത്തിലിട്ട മുട്ടവിരിഞ്ഞ് എത്രയെണ്ണം മുതിർന്ന മത്സ്യങ്ങളായെന്ന് പറയാമോ?'

'അതൊന്നും ഉറപ്പില്ല. കഴിഞ്ഞതവണ ഞാൻ മുട്ടയിട്ട് തിരിഞ്ഞു നോക്കിയപ്പോൾ രണ്ട് ചെമ്മീനുകൾ ഓടിവന്ന് അവയെല്ലാം തിന്നു. എനിക്കാകെ വിഷമമായി'

'അതാണ് ഞാൻ പറഞ്ഞത്. മുട്ടവിരിഞ്ഞ് കുഞ്ഞുങ്ങളാവുന്നത് വരെ അച്ഛന്റെ സഞ്ചിയിൽ കിടക്കുന്നത് നമ്മൾ കടൽക്കുതിര വർഗത്തിന്റെ ഭാഗ്യമാണ്. ആണായയാലും പെണ്ണായയാലും കുഞ്ഞുങ്ങളെ പ്രസവിച്ചാൽ പോരേ?'

'ഞങ്ങളുടെ ആണുങ്ങൾക്കും ഇതുപോലെയുള്ള സഞ്ചി ഒരെണ്ണം ഉണ്ടെങ്കിൽ നന്നായിരുന്നു. കടൽക്കുതിരകളായ നിങ്ങൾ ഭാഗ്യവാന്മാരാണ്'

പ്രസവിക്കാറായ അച്ഛനെയും അരികിൽ നിൽക്കുന്ന അമ്മയെയും അഭിനന്ദിച്ചുകൊണ്ട് മറ്റുള്ള മത്സ്യങ്ങൾ പവിഴപ്പുറ്റിന്റെ മറുഭാഗത്തേക്ക് നീന്താൻ തുടങ്ങി.

****

അഹങ്കാരിയായ മൊബൈൽ

പുലരാൻ നേരത്ത് ഉറക്കം മതിയാക്കിയ ഞാൻ കിടക്കയിൽനിന്നും എഴുന്നേറ്റ ഉടനെ മൊബൈലിനെ ഉണർത്തി. അതിനുശേഷം ആകെയൊന്ന് തടവിയിട്ട് സ്ക്രീനിന്റെ ഡിസ്പ്ലെയിൽ തെളിഞ്ഞ ഐക്കണുകളും അറിയിപ്പുകളും നോക്കി. അതിനുശേഷം ഫെയ്സ്ബുക്കും വാട്ട്സാപും തുറന്ന് സ്റ്റാറ്റസ് മാറ്റിയിട്ട് അടുക്കളയിലേക്ക് നടക്കുമ്പോൾ ഒരു നോട്ടത്തിൽ ഉറങ്ങുന്ന മകനെ കണ്ടു.

മൊബൈൽ വന്നതോടെ ജീവിതത്തിൽ എന്തെല്ലാം മാറ്റങ്ങളാണ് ഉണ്ടായത്! ഒരാളുടെ ജീവിതത്തിൽ ഒന്നാം നമ്പർ കൂട്ടുകാരൻ ഇപ്പോൾ മൊബൈലാണ്. അവൻ ഉണ്ടായാൽ മറ്റെല്ലാം മറന്നുപോകുന്നു. അവനോടൊത്ത് സംസാരിക്കാം, ആരെയും വിളിക്കാം, നേരിട്ട് കണ്ട് വർത്തമാനം പറയാം, ചിരിക്കാം, കളിക്കാം, ചിത്രങ്ങൾ വരക്കാം, എഴുതാം, വായിക്കാം, കഥ പറയാം, പാട്ടു പാടാം. പിന്നെയെന്തിന് വെറൊരാളെ തേടണം. ഇങ്ങനെയൊരു സാധനം കണ്ടുപിടിച്ചില്ലെങ്കിൽ ഇരുപത്തിഒന്നാം നൂറ്റാണ്ടിലെ ജീവിതം എന്താകുമായിരുന്നു!

മനുഷ്യന്റെ പുരോഗതിക്ക് പ്രഥമസ്ഥാനം മൊബൈലിന് ആണ്. വർഷങ്ങൾക്കു മുൻപ് കണ്ടുപിടിക്കപ്പെട്ട അനേകം ഉപകരണങ്ങൾക്ക് പകരം ഒരു മൊബൈൽ മതിയാവും. റേഡിയോ, കാൽക്കുലേറ്റർ, ടെലിവിഷൻ, ഓഡിയോ വീഡിയോ റെക്കാർഡർ, ഓഡിയോ വീഡിയോ പ്ലെയർ, ടോർച്ച്, വാച്ച്, റിമോട്ട് കൺട്രോളർ, ക്യാമറ തുടങ്ങി അനേകം ഉപകരണങ്ങളുടെ ജോലിചെയ്യാൻ ഒരൊറ്റ മൊബൈൽ മതിയാവും. പിന്നെ പ്രധാന ഉപയോഗം ഉണ്ടായത് മഹാരോഗം വന്ന അടച്ചിരിപ്പ് കാലത്താണ്. സ്കൂൾ പഠനവും പരീക്ഷകളും മൊബൈൽ വഴിയായി. ബാങ്കിൽ പോയി ബില്ലടക്കാൻ ക്യൂ നിൽക്കേണ്ട, സാധനങ്ങൾ വാങ്ങാൻ കടയിൽ പോകേണ്ട, പ്രേമിക്കാൻ പിന്നാലെ നടക്കേണ്ട, പെണ്ണുകാണാൻ പോകേണ്ട പിന്നെയങ്ങനെ പലതും ഉണ്ട്.

ഒരു ദിവസം ഇതെല്ലാം പറയുന്നത് കേട്ടപ്പോൾ ഞാൻ വിലകൊടു

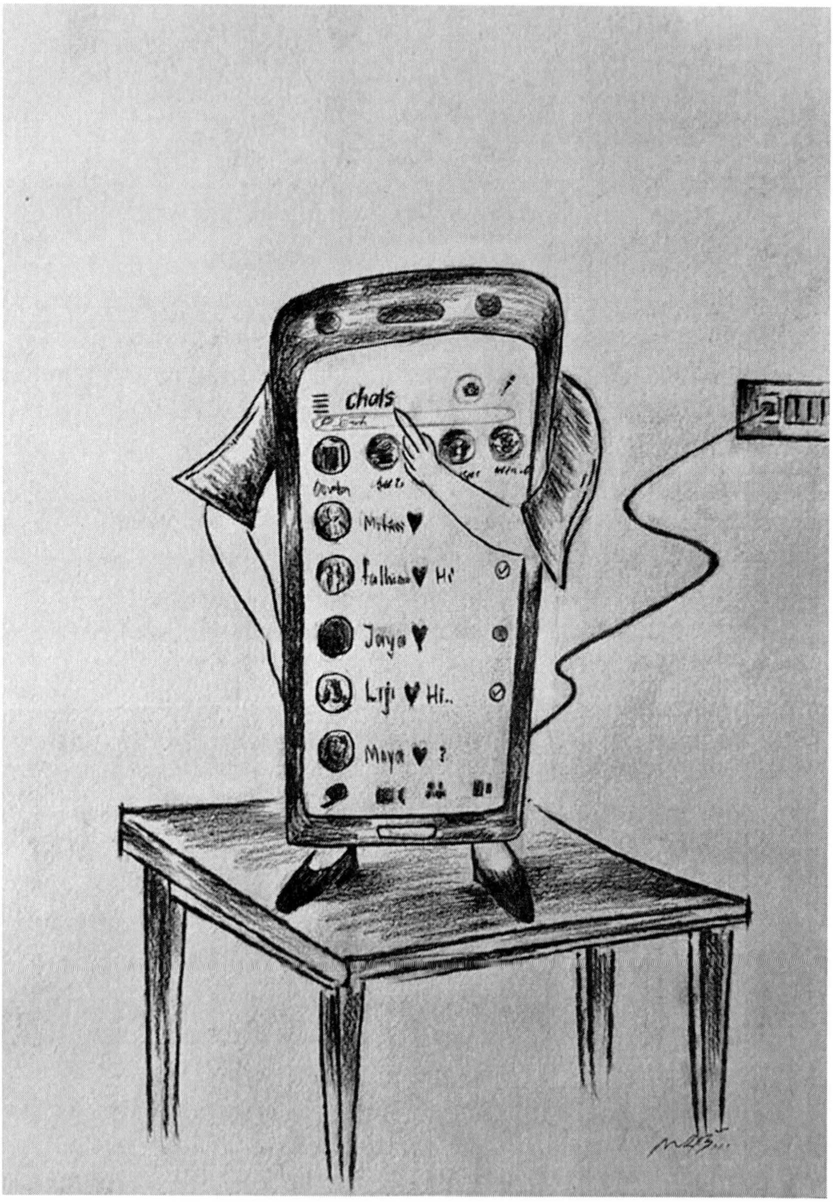
chats
Jaya ♥
Liji ♥ Hi..
Maya ♥ ?

ത്ത് വാങ്ങിയ എന്റെ സ്വന്തം മൊബൈലിന് വല്ലാത്ത അഹങ്കാരമായി. അഹങ്കാരം മൂത്ത മൊബൈൽ ഏതാനും ദിവസമായി അനുസരണക്കേട് കാണിക്കുകയാണ്. എന്നെ അവഗണിച്ച് മൊബൈൽ തന്നെ സ്വന്തമായിതന്നെ പലതും ചെയ്യാൻ തുടങ്ങി.

ഇന്ന് അതിരാവിലെ മുതൽ പലരും എന്നെ ഫോൺ ചെയ്യാൻ തുടങ്ങി. അവരെല്ലാം പറഞ്ഞത് ഒരേ കാര്യം. രാത്രി നേരത്ത് അവരെയെല്ലാം ഞാൻ ഫോൺ ചെയ്തിരിക്കുന്നു. ചിലർ ഫോണെടുത്തപ്പോൾ പ്രതികരണമില്ല. കാര്യം എന്താണെന്നറിയാൻ അവരെന്നെ വിളിച്ചതാണ്. രാത്രി ഉറങ്ങുന്ന ഞാൻ ആരെയും ഫോണിൽ വിളിച്ചിട്ടില്ലെന്ന കാര്യം ഉറപ്പാണ്. കാര്യം എന്താണെന്ന് അറിയാൻ മൊബൈലിലെ കോൾലിസ്റ്റ് പരിശോധിച്ച ഞാനാകെ ആശ്ചര്യപ്പെട്ടു. രാത്രി 12 മണിക്കും രണ്ട് മണിക്കും ഇടയിൽ 23 സുഹൃത്തുക്കളെ വിളിച്ചതായാണ് കാണുന്നത്! അപ്പോൾ? ഞാൻ ഉറങ്ങുന്ന സമയത്ത് എന്റെ മൊബൈലിൽ നിന്ന് പലർക്കും കോൾ പോകുന്നു. ഇതെന്ത് മറിമായം!!

മൊബൈലിന് തകരാറ് പറ്റിയോ എന്ന സംശയത്തോടെ ഓഫാക്കിയിട്ട് പ്രഭാത ജോലികളെല്ലാം ചെയ്യാൻ തുടങ്ങി. ചായ വെച്ചശേഷം മൊബൈലിനെ നോക്കിയപ്പോൾ കണ്ടത് ഞാൻ ഓഫാക്കിയ മൊബൈൽ തനിയെ ഓണായിരിക്കുന്നതാണ്. നെറ്റ് കണക്ഷൻ ആക്റ്റീവ് ആയശേഷം തനിയെ വാട്ട്സാപ്പ് തുറന്ന് സ്റ്റാറ്റസ് മാറ്റി ഇന്നലെ എടുത്ത കുടുംബ ഫോട്ടോകൾ അതിൽ ചേർത്തിരിക്കുന്നു.

ഭക്ഷണകാര്യം മറന്ന ഞാൻ മൊബൈലിനെ ശ്രദ്ധിക്കാൻ തുടങ്ങി. വാട്ട്സാപ്പിൽ കടന്നശേഷം പതുക്കെ യൂട്യൂബ് ഓൺ ചെയ്യുകയാണ്. ഇതുവരെ കാണാത്ത ഏതോ ഭാഷയിലുള്ള വീഡിയോ തകർത്ത് പാടുന്നു. കേൾക്കാൻ നല്ല രസം തോന്നിയെങ്കിലും അല്പസമയം കഴിഞ്ഞ് വീഡിയോ ഓഫായി. അതിനുശേഷം തുറന്നുവന്നത് ഫെയ്സ്ബുക്ക് ആണ്. നാലായിരത്തി അഞ്ഞൂറ്റി പത്ത് ഫ്രന്റ്സ് ഉള്ള എന്റെ എഫ്.ബി.യിൽ കടന്ന് പുതിയ പോസ്റ്റുകൾ സ്വയം ടൈപ്പ് ചെയ്ത് അയക്കുകയാണ്. ഇംഗ്ലിഷിലാണ് എല്ലാ എഴുത്തുകളും എന്നത് ആശ്വാസമായി. എന്റെ ഫ്രന്റ്സ് അധികവും പച്ചമലയാളം വായിക്കുന്നവർ ആണല്ലോ. പിന്നെ മെസെഞ്ജറിൽ കടന്ന് ഓരോരുത്തർക്കും ലൌ ഐക്കൺ അയച്ചു. ഇതിങ്ങനെ വിട്ടാൽ ശരിയല്ലെന്ന് തോന്നിയപ്പോൾ ഞാൻ മൊബൈൽ ഷട്ട്ഡൌൺ ചെയ്ത് മേശപ്പുറത്ത് വെച്ചു. ആശ്വാസം.

ചായകുടിക്കുന്ന നേരത്ത് മൊബൈലിൽ വെളിച്ചം കണ്ടപ്പോൾ ആ

ശ്ചര്യമായി. ഞാൻ അടച്ചുപൂട്ടിയ മൊബൈൽ തനിയെ തുറന്നുവന്ന് സെൽഫി എടുക്കുകയാണ്. അതിനുശേഷം തുറന്നുവന്നത് വാട്ട്സാപ്പ് ആണ്. ആദ്യം വന്ന പെൺകുട്ടിക്ക് സെൽഫി പോസ്റ്റ് ചെയ്തശേഷം സ്റ്റാറ്റസിൽ കടന്നെങ്കിലും ഒന്നും ചെയ്യാതെ നേരെ കോളിലേക്ക് പോയി. എന്നിട്ട് അതിലുള്ള പഞ്ചായത്ത് പ്രസിഡണ്ടിന്റെ നമ്പറിലേക്ക് വീഡിയോ കോൾ ചെയ്യുന്ന നേരത്ത് എനിക്കാകെ ഭയമായി. ഇതിന്റെ പോക്ക് എങ്ങോട്ടാണ്? ഇങ്ങനെ വിട്ടാൽ എന്തെല്ലാം പ്രശ്നങ്ങൾ ഉണ്ടാവും?

പെട്ടെന്ന് മൊബൈൽ കൈയിലെടുത്ത ഞാൻ അതിന്റെ പിന്നിലെ കവർ തുറന്ന് ആദ്യം ബാറ്ററി എടുത്തുമാറ്റി. അതിനുശേഷം സിംകാർഡ് ഊരിയെടുത്ത് അലമാരയിലെ ബാഗിൽ അടച്ചുവെച്ചു. ഒരു മൊബൈലിന് ഇത്രയും അഹങ്കാരം പാടില്ല. സിംകാർഡും ബാറ്ററിയും ഇല്ലാതെ ഇനിയവൻ എങ്ങനെ പ്രവർത്തിക്കും? എത്രയൊക്കെ കളിച്ചാലും എല്ലാ യന്ത്രങ്ങളും മൻഷ്യനിർമ്മിതം ആണല്ലോ.

****

മൂങ്ങമ്മ ടീച്ചറുടെ ക്ലാസ്

കുന്നിമണി കാട്ടിലെ പക്ഷികളുടെ കൂട്ടത്തിൽ നന്നായി പഠിക്കുന്നവളാണ് പുള്ളിമൂങ്ങ. പഠനം രാത്രിയിൽ ആയതിനാൽ അക്കാര്യം ബന്ധുക്കൾ ഒഴികെ മറ്റാരും കാണുകയോ അറിയുകയോ ചെയ്തില്ല. പകൽ ഉറങ്ങുന്ന മൂങ്ങകൾക്ക് രാത്രിയിലാണ് കണ്ണു കാണുന്നത്. കാട്ടിലെ അനേകം ജന്തുക്കൾ ഉറങ്ങുന്ന നേരത്ത് പുള്ളിമൂങ്ങ ധാരാളം പുസ്തകങ്ങൾ വായിച്ച് പഠിച്ചു. മാതാപിതാക്കൾ വലിയ പണക്കാർ ആയതിനാൽ താമസിക്കുന്ന തേക്കുമര ഭവനത്തിൽ പുള്ളിയുടെ മുറിയിൽ നിറയെ പലതരം പുസ്തകങ്ങളുണ്ട്. അതെല്ലാം വായിച്ചും പഠിച്ചും പുള്ളിമൂങ്ങ അറിവുകൾ നേടിയെടുത്തു.

പുസ്തകങ്ങൾ വായിച്ചു പഠിച്ച പുള്ളിമൂങ്ങക്ക് പുതിയൊരു ആഗ്രഹം തോന്നി. താൻ നേടിയ അറിവുകളെല്ലാം കുട്ടികൾക്ക് പറഞ്ഞുകൊടുത്ത് പഠിപ്പിക്കുക. അങ്ങനെയാണ് പുള്ളിമൂങ്ങ മാക്രി മെമ്മോറിയൽ ഹൈസ്കൂളിലെ ടീച്ചറായത്. വ്യത്യസ്ത സ്വഭാവമുള്ള കുട്ടികളെ പഠിപ്പിക്കുക എന്നത് നല്ലൊരു കാര്യമല്ലേ,, സ്കൂൾ മാനേജറായ മരമാക്രിയോട് കാര്യം പറഞ്ഞപ്പോൾ സ്വന്തം സ്കൂളിലെ ടീച്ചറായി പുള്ളിയെ ചേർത്തു. പുതിയ ടീച്ചറെ കണ്ടപ്പോൾ ഹെഡ്മാസ്റ്റർ ആയ മഞ്ഞക്കൊമ്പനാനക്ക് സന്തോഷമായി.

മൂങ്ങമ്മ ടീച്ചറായി മാറിയ പുള്ളിമൂങ്ങ ആകെ സന്തോഷത്തിലാണ്. കണ്ണുകൾ രണ്ടും പകൽനേരത്ത് ശരിക്ക് കാണാനാവില്ലെങ്കിലും രാത്രിയിൽ എല്ലാം വ്യക്തമായി കാണാം. പിറ്റേദിവസം രാവിലെ അയൽവാസിയും അതേ വിദ്യാലയത്തിലെ അദ്ധ്യാപികയും ആയ പൂന്തത്തയുടെ സഹായത്താൽ പുള്ളിമൂങ്ങ സ്കൂളിലേക്ക് പുറപ്പെട്ടു. തത്തയുടെ കൈപിടിച്ച് നടന്നും പിന്നാലെ പറന്നും കുറേദൂരം പിന്നിട്ടപ്പോൾ സ്കൂളിൽ എത്തി. പക്ഷികൾ മാത്രം പഠിക്കുന്ന വിദ്യാലയമാണ് മാക്രി മെമ്മോറിയൽ ഹൈസ്കൂൾ.

സ്കൂളിലെത്തി ക്ലാസിലേക്ക് പോകാൻ നേരത്താണ് പ്രശ്നം വന്ന

മരമാക്രി മെമ്മോറിയൽ
സ്കൂൾ

ത്. കുട്ടികൾക്കെല്ലാം പകൽ നേരത്ത് വായിക്കാനും എഴുതാനും കഴിയുമെങ്കിലും അവരുടെ ടീച്ചറായ മൂങ്ങമ്മക്ക് പകൽനേരത്ത് കാഴ്ച തീരെയില്ല; അതായത് ഇരുട്ടത്ത് മാത്രമേ അവർക്ക് കാണുകയുള്ളൂ. ഇതറിഞ്ഞ ഹെഡ്മാസ്റ്റർ മഞ്ഞക്കൊമ്പന് ആകെ വെപ്രാളമായി. സഹ അദ്ധ്യാപകരോട് ചോദിച്ചപ്പോൾ അവർ കാര്യം പറഞ്ഞു, ‘വെളിച്ചത്ത് കാണാത്ത ഇരുട്ടത്ത് കാഴ്ചയുള്ള ടീച്ചർ ഇരുട്ടത്ത് പഠിപ്പിക്കുക’, അങ്ങനെ ക്ലാസ്മുറിയെ ഇരുട്ടുമുറി ആക്കാൻ തീരുമാനിച്ചു.

ക്ലാസിലെ ജനാലകൾ അടച്ചശേഷം നാലുവശത്തുമുള്ള ചുമരുകളിൽ കറുത്ത തുണികൊണ്ടുള്ള കർട്ടൻ തൂക്കി. കെട്ടിടത്തിന്റെ മേൽക്കൂരയിലും കറുത്ത തുണികൾ ചേർത്ത് കെട്ടിയുറപ്പിച്ചു. അങ്ങനെ വെളിച്ചം ആവശ്യമില്ലാത്ത അദ്ധ്യാപികക്ക് വേണ്ടി ഇരുട്ടുമുറി ആക്കിയ മൂന്നാം ക്ലാസിലിരുന്ന് പഠിക്കാൻ കുട്ടികളെ തയ്യാറാക്കി.

അഞ്ചാം ക്ലാസിൽ പഠിപ്പിക്കുന്ന താറാവമ്മ ടീച്ചറുടെ സഹായത്താൽ മൂങ്ങമ്മ ടീച്ചർ മൂന്നാം ക്ലാസിലേക്ക് പ്രവേശിച്ചു. പഠിപ്പിക്കാൻ ആദ്യമായി വന്ന ടീച്ചറെ മങ്ങിയ വെളിച്ചത്തിൽ കണ്ടപ്പോൾ കുട്ടികളെല്ലാം എഴുന്നേറ്റുനിന്ന് പറഞ്ഞു,

‘ഗുഡ് മോർണിംഗ് ടീച്ചർ’

‘ഗുഡ് മോർണിംഗ്, എല്ലാവരും ഇരിക്കുക’

കുട്ടികളെല്ലാം ഇരുന്നപ്പോൾ അദ്ധ്യാപിക ഭീകരമായ ഒരു കൃത്യം ചെയ്തു. അതുവരെ അകത്തേക്ക് വെളിച്ചം കടന്നുവന്നിരുന്ന വാതിലും അടച്ചു. അപ്പോൾ അമാവാസി നാളിലെ അർദ്ധരാത്രിപോലെ അന്ധകാരം ക്ലാസിൽ നിറഞ്ഞു. അന്യോന്യം കാണാതെ മൈന, പ്രാവ്, തത്ത, ഓലേഞ്ഞാലി, ബുൾബുൾ, കുട്ടുറുവൻ, കാക്ക, അയോറ, മണ്ണാത്തിക്കിളി തുടങ്ങിയ എല്ലാ പക്ഷികളും ഭയന്ന് വിറച്ചു.

ചോക്കും ചൂരലും പുസ്തകവും മേശപ്പുറത്തു വെച്ചശേഷം ടീച്ചർ കുട്ടികളോട് പറഞ്ഞു,

‘ഞാൻ നിങ്ങളുടെ ടീച്ചർ പുള്ളിമൂങ്ങ,, ഇനി ഓരോരുത്തരായി പരിചയപ്പെടാം, ആദ്യം നീ തന്നെയാവട്ടെ, പേര് പറയു?’

തത്തചിന്നന്റെ നേരെ മൂങ്ങമ്മ ടീച്ചർ വിരൽ ചൂണ്ടിയെങ്കിലും അക്കാര്യം ചിന്നൻ അറിഞ്ഞതേയില്ല. ക്ലാസിൽ കൂരിരുട്ടും നിശബ്ദതയും ഒത്തുചേർന്ന ഭീകരമായ അന്തരീക്ഷം. ശിഷ്യൻ അനുസരിക്കാത്തത് കണ്ടപ്പോൾ ടീച്ചർ ദേഷ്യംകൊണ്ട് വിറച്ചു,

‘ഉം, എന്താ ഇത്ര വലിയ ധിക്കാരം? നിനക്കെന്താ പേര് പറഞ്ഞുകൂടേ? എഴുന്നേൽക്കെടാ?’

എന്നിട്ടും തത്തച്ചിന്നൻ അനങ്ങിയില്ല; അവൻ മാത്രമല്ല, മറ്റുള്ള വിദ്യാർത്ഥികളും പ്രതികരിച്ചില്ല. എല്ലാവരും ചിന്തിച്ചത് ഒരുപോലെ ആയിരുന്നു, 'ടീച്ചർ വിരൽ ചൂണ്ടുന്നത് തന്റെ നേരെ ആയിരിക്കില്ല'.

പെട്ടെന്ന്, കഴുത്തിനു ചുറ്റുമുള്ള പുള്ളിത്തൂവലുകൾ കുലുക്കിയിട്ട് പുള്ളിമൂങ്ങ ടീച്ചർ എല്ലാവരും കേൾക്കെ ഉച്ചത്തിൽ അലറി,

'എന്താ നീ എഴുന്നേൽക്കില്ലേന്നോ? നിന്നെ ഞാൻ.'

തുടർന്ന് വടിയെടുത്ത് മേശപ്പുറത്ത് ഒരൊറ്റയടി,, മേശയുടെ ഒരുകാൽ ഒടിഞ്ഞു. അതോടൊപ്പം വിദ്യാർത്ഥികളെല്ലാം ഞെട്ടിയെഴുന്നേറ്റു.

'ഹൊ എന്തൊരു മണ്ടന്മാരാണ്? അന്യോന്യം പരിചയപ്പെടാമെന്ന് പറഞ്ഞത് ആകെ അബദ്ധമായി. വിഡ്ഢികൾ. നിങ്ങളെ പറഞ്ഞിട്ട് കാര്യമില്ല, ഇതെല്ലാം മുൻപ് പഠിപ്പിച്ചവരുടെ തകരാറുകളാണ്. സിറ്റ് ഡൌൺ. എല്ലാവരും പുസ്തകമെടുത്ത് വായിക്കുക'

ടീച്ചർ പറഞ്ഞപ്പോൾ എല്ലാവരും പുസ്തകം തുറന്നെങ്കിലും വായിച്ചില്ല. ഇരുട്ടത്ത് അക്ഷരങ്ങളൊന്നും കാണാതെ എങ്ങനെ വായിക്കാനാണ്? മുൻബെഞ്ചിൽ ഇരിക്കുന്ന ഇലക്കിളി പറഞ്ഞു,

'ടീച്ചറേ ഒന്നും കാണാത്തതുകൊണ്ട് വായിക്കാൻ കഴിയുന്നില്ല'

ഇലക്കിളി പറഞ്ഞതു കേട്ടപ്പോൾ മൂങ്ങമ്മ ടീച്ചർ ദേഷ്യംകൊണ്ട് വിറച്ച് കണ്ണുകൾ ഉരുണ്ട് വലുതായി. കുട്ടികൾക്കിത്രയും ധിക്കാരമോ? പുള്ളിമൂങ്ങ പറയുന്നത് എതിർക്കാതെ എല്ലാവരും അനുസരിക്കാറുണ്ട്. ഇവിടെ വിദ്യാർത്ഥികൾ അനുസരണക്കേട് കാണിക്കുന്നോ? ടീച്ചർ പതുക്കെ നിശബ്ദമായി മുൻബെഞ്ചിൽ ഇരിക്കുന്ന ഇലക്കിളിയുടെ സമീപത്തേക്ക് നടന്ന് ചിറകിൽ പിടിച്ചു. പെട്ടെന്ന് ക്ലാസ്മുറിയിൽ നിന്നും ഭയന്നുവിറച്ച ഒരു കരച്ചിൽ ഉയർന്നു,

'അയ്യോ, ഞാൻ ചത്തേ, എന്റമ്മേ..'

അവിചാരിതമായി കേട്ട കരച്ചിലിൽ എന്താണ് സംഭവിച്ചതെന്ന് അറിയാതെ ക്ലാസ്സിലെ വിദ്യാർത്ഥികൾ എഴുന്നേറ്റ് ഓടുകയും ഉയരത്തിൽ പറക്കുകയും ചെയ്തു. ഇരുട്ടത്തുള്ള ബഹളത്തിനിടയിൽ അന്യോന്യം കൂട്ടിമുട്ടിയവർക്കെല്ലാം പരിക്കുപറ്റി. വാതിലും ജനാലകളും കാണാതെ, അവയൊന്നും തുറക്കാനാവാതെ, രക്ഷപ്പെടാനുള്ള വെപ്രാളത്തിൽ മുറിഞ്ഞ് ചോരയൊലിപ്പിച്ചവർ ധാരാളം. അതിനിടയിൽ മൂങ്ങമ്മ ടീച്ചർ കൊക്കും നഖവും ഉപയോഗിച്ച് മുന്നിൽ കാണുന്ന കുട്ടികളെ അടിക്കുകയും കൊത്തുകയും മാന്തുകയും ചെയ്യുമ്പോൾ ക്ലാസ്സിലാകെ ശബ്ദകോലാഹലം. ആളറിയാതെയുള്ള അടിപിടിയിൽ ടീച്ചർക്കും കിട്ടി അഞ്ചാറടി. ഒപ്പം ഭംഗിയേറിയ നാല് തൂവലുകൾ നഷ്ടപ്പെടുകയും ചെയ്തു.

മലയണ്ണാന്റെ സെൽഫി

കൂട്ടനിലവിളി കേട്ടപ്പോൾ ക്ലാസിലെന്തോ അനിഷ്ടസംഭവം നടന്നിരിക്കുമെന്ന് ഊഹിച്ച അദ്ധ്യാപകർ ഓടിവന്നു. ഹെഡ്മാസ്റ്റർ കൊമ്പനാന മുറിയുടെ വാതിൽ ചവിട്ടിപ്പൊളിച്ചപ്പോൾ ക്ലാസിലേക്ക് വെളിച്ചം പരന്നു. ചോരയൊലിപ്പിച്ച ശിഷ്യഗണങ്ങളും അദ്ധ്യാപികയും പുറത്തുവരുന്നത് കണ്ടപ്പോൾ സഹപ്രവർത്തകർ അന്തംവിട്ടു. അനിഷ്ടസംഭവങ്ങൾ ഇനിയും ഉണ്ടാവാൻ ഇടയുണ്ടെന്ന് മനസിലാക്കിയ മാനേജർ പുള്ളിമൂങ്ങ ടീച്ചറെ സ്കൂളിൽ നിന്നും പിരിച്ചുവിട്ടു. ആദ്യത്തെ ക്ലാസിൽതന്നെ പരാജയപ്പെട്ടപ്പോൾ ടീച്ചറാവാനുള്ള മോഹം പുള്ളിമൂങ്ങ ഉപേക്ഷിച്ചു.

****

നെന്മണികളുടെ ലോകം

ചേരണി ഗ്രാമത്തിലെ വിശാലമായ വയലിൽ വളരെക്കാലമായി നാട്ടുകാർ നെൽകൃഷി ചെയ്യാറുണ്ട്. വയലിന്റെ ഇരുവശത്തു കൂടി ഒഴുകുന്ന പീച്ചത്തോട്ടിൽ എല്ലാകാലത്തും വെള്ളം ഉള്ളതിനാൽ രണ്ടുതവണ കൃഷി ചെയ്യും. പുതുമഴ പെയ്ത് മണ്ണിൽ വെള്ളം നിറയുമ്പോൾ നെൽവിത്ത് മുളച്ചുണ്ടായ ഞാറുകൾ മണ്ണൊരുക്കി ചെളിയിൽ നടുന്നു. വളം ചേർത്തും കളകൾ പറിച്ചും നെൽച്ചെടികൾ വളരുമ്പോൾ പൂങ്കുലകൾ വരുന്നു. ഓണക്കാലം ആയാൽ നെല്ലിന്റെ പാല് ഉറച്ച് ഉള്ളിലെ അരിമണികൾക്ക് ഉറപ്പുവരുന്നു. നെല്ലുകൾ പാകമായാൽ കൊയ്തെടുത്ത് ഭക്ഷണ ആവശ്യത്തിനു വേണ്ടി മനുഷ്യൻ കൊണ്ടുപോകുന്നു.

മലയാളികളുടെ പ്രധാന ഭക്ഷണമാണ് അരി. വയലിൽനിന്നും കൊയ്തെടുത്താൽ നെൽച്ചെടിയിലെ നെല്ല് വേർതിരിക്കുന്നു. അവശേഷിച്ച വൈക്കോൽ കന്നുകാലികളുടെ ഭക്ഷണമായി മാറുന്നു. നെല്ലിൽനിന്നും വേർതിരിക്കുന്ന അരി വേവിച്ച് ചോറാക്കിയിട്ടാണ് മനുഷ്യർ ഭക്ഷിക്കുന്നത്. സ്വന്തമായി നെൽകൃഷി ഉള്ളവർ സ്വന്തം ആവശ്യത്തിന് സ്വന്തം നെല്ല് കുത്തിയെടുത്ത അരിയാണ് ഉപയോഗിക്കുന്നത്.

ചേരണിവയലിൽ നെൽകൃഷി ചെയ്യുന്നവർ അധികവും ഗ്രാമത്തിൽ താമസിക്കുന്നവർ തന്നെയാണ്. വയലിന്റെ ഉടമകൾ അവരുടെ സ്വന്തം സ്ഥലത്ത് എല്ലാ വർഷവും കൃത്യമായി കൃഷി ചെയ്യും. രണ്ടുവിള നെൽകൃഷിക്കു ശേഷം ശീതകാലത്ത് പച്ചക്കറികളും പയറുകളും കൃഷിയിറക്കി വിളവെടുക്കും. ഓരോ വീട്ടിലേയും മുതിർന്നവരോടൊപ്പം കുട്ടികളും വയലിൽ ഇറങ്ങി കൃഷികളിൽ പങ്കാളികളാവും. അതുകൊണ്ട് തൊഴിലാളി ക്ഷാമമോ തൊഴിൽ പ്രശ്നങ്ങളോ ഇവിടെ ഉണ്ടാവാറില്ല. ജൈവവളങ്ങളായ ചാണകവും ചാരവും പച്ചിലവളവും ധാരാളമായി കൃഷിക്ക് ഉപയോഗിക്കാറുണ്ട്.

കാലവർഷം വന്നപ്പോൾ നന്നായി മഴ പെയ്തതിനാൽ വയലിലെ നെൽച്ചെടികൾക്ക് എന്നും സന്തോഷമാണ്. ആരോഗ്യത്തോടെ വളരു

ന്ന നെല്ലുകൾ അന്യോന്യം പാട്ടുപാടുകയും സംസാരിക്കുകയും ചെയ്യുമ്പോൾ മറ്റുള്ളവരോടൊപ്പം പീച്ചത്തോട്ടിലെ വെള്ളത്തിനും അതൊക്കെ കേൾക്കാൻ ഇഷ്ടമാണ്. ആകാശത്തു കൂടി പറന്നുപോകുന്ന ശലഭങ്ങളെയും പക്ഷികളെയും കുറിച്ച് മാത്രമല്ല വയലിലൂടെ നടന്നുപോകുന്ന ആളുകളെ കുറിച്ചും അവർ സംസാരിക്കാറുണ്ട്. നെല്ലുകളുടെ സംഭാഷണവും പാട്ടും കേൾക്കാൻ എന്തൊരു രസമാണെന്നോ.

തോടിന്റെ അരികിലുള്ള ചെടികളിൽ വിളഞ്ഞ നെല്ലുകളാണ് കൂടുതൽ ചിരിക്കുകയും സംസാരിക്കുകയും ചെയ്യുന്നത്. അതുകേൾക്കാനായി വയൽവരമ്പിലെ ചെടികൾ കൂടാതെ മത്സ്യങ്ങളും തവളകളും തുമ്പികളും ശലഭങ്ങളും ഉണ്ടാവും. കാറ്റത്ത് ആടിക്കളിക്കുന്ന നെൽച്ചെടികൾ പാട്ടുപാടുകയും കഥ പറയുകയും ചെയ്യുന്നതിനൊപ്പം ശലഭങ്ങളും തുമ്പികളും തേനീച്ചകളും നൃത്തം ചെയ്യുമ്പോൾ ചേരണി വയലിൽ സന്തോഷം നിറയുന്നു.

ഒരു ദിവസം വയലിന്റെ തെക്കു പടിഞ്ഞാറ് മൂലയിലുള്ള നെൽച്ചെടിയുടെ വലിയൊരു കുലയിലുള്ള ഒരു നെല്ല് പറഞ്ഞു.

'ഓരോ നെല്ലിനകത്തെ അരിയും ആരാണ് തിന്നുകയെന്ന് ആദ്യമേ തീരുമാനിച്ചിട്ടുണ്ടെന്ന് പറയുന്നത് കേട്ടു. അപ്പോൾ.'

'അപ്പോൾ, എന്തുപറ്റി?'

ബാക്കി അറിയാനുള്ള ആകാംക്ഷയോടെ മറ്റൊരു നെല്ല് ഉച്ചത്തിൽ ചോദിച്ചു.

'അപ്പോൾ നമ്മളൊക്കെ ആരുടെ വയറ്റിലാണ് പോകുന്നതെന്ന് തീരുമാനിക്കപ്പെട്ടതാണ്. നമ്മളെന്ത് ചെയ്താലും ഏതെങ്കിലും ഒരാളുടെ വിശപ്പ് മാറ്റാനായി അവർ നമ്മളെ തിന്നും'

നെല്ല് പറഞ്ഞതുകേട്ട് മറ്റുള്ളവരെല്ലാം ചിന്തയിലാണ്ടു. ആരായിരിക്കും നമ്മളെ തിന്നുന്നത്? ആരുടെ വയറ്റിലാവും ഒടുവിൽ ചെന്നെത്തുന്നത്? ആരും മിണ്ടാതെ നിൽക്കുമ്പോൾ കൂട്ടത്തിൽ കുസൃതിയായ നെല്ല് പറഞ്ഞു,

'ഞാൻ ഏതായാലും സുന്ദരിയായ ഒരു പെണ്ണിന്റെ വയറ്റിലായിരിക്കും പോവുന്നത്. അവളുടെ ആമാശയത്തിൽവെച്ച് ദഹനം നടന്ന് ശരീരത്തിന്റെ ഊർജ്ജമായി മാറും'

'അയ്യേ, പെണ്ണിന്റെ ആഹാരമാകാൻ എന്നെ കിട്ടില്ല. ഒരു പാട്ടുകാരന്റെ ആഹാരമായി തീരാനാണ് എനിക്കിഷ്ടം'

'എനിക്കിഷ്ടം കർഷകനെയാണ്. മണ്ണിൽ ആദ്ധ്വാനിച്ച് നെല്ലും പയറും പച്ചക്കറികളും വിളയിക്കുന്ന കർഷകന്റെ ഭക്ഷണമായി മാറുന്നത്

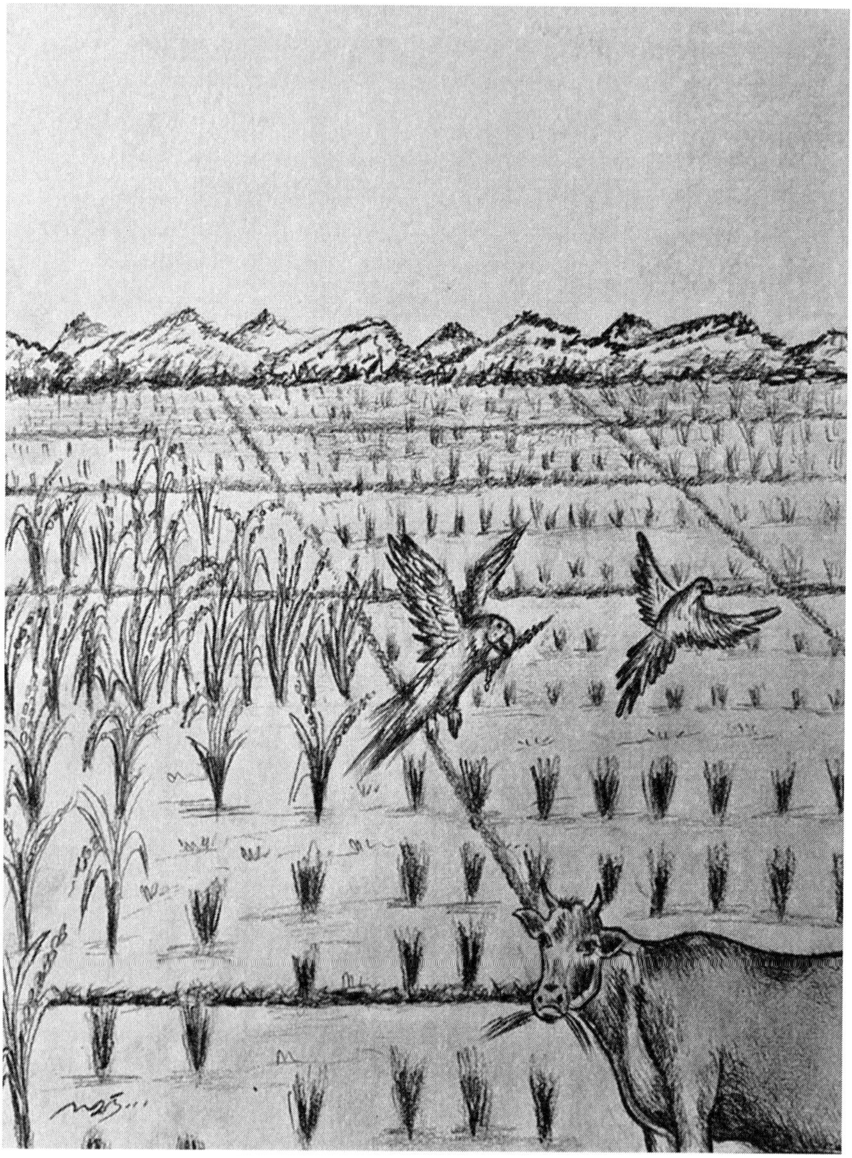

ഭാഗ്യമായി ഞാൻ കരുതുന്നു'

അവരിങ്ങനെ സംസാരിക്കുന്നതിന്റെ ഇടയിൽ രണ്ട് പച്ചത്തത്തകൾ വയലിലേക്ക് പറന്നെത്തി. അരുവിയുടെ അരികിലുള്ള ഏതാനും നെല്ലിന്റെ കുലകൾ വളഞ്ഞ കൊക്കുകൊണ്ട് മുറിച്ചെടുത്തശേഷം മഞ്ചാടിക്കാട്ടിലുള്ള സ്വന്തം കൂട്ടിലേക്ക് രണ്ടുപേരും പറന്നു. അതുവരെ സംസാരിച്ചു കൊണ്ടിരുന്ന ഏതാനും നെല്ലുകളേയും തത്തകൾ മുറിച്ചെടുത്തിരുന്നു. ഇതെല്ലാം കണ്ടപ്പോൾ വയൽ വരമ്പിലെ തുമ്പച്ചെടി പറഞ്ഞു,

'എന്തൊക്കെ ആയിരുന്നു ഓരോരുത്തരുടെയും ആഗ്രഹങ്ങൾ. എന്നിട്ടിപ്പോൾ തത്തയുടെ കുഞ്ഞുങ്ങളുടെ വയറ്റിൽ എത്താനാണ് വിധി'

'ഏതായാലും ചെളിയിൽ വീണ് നശിച്ചില്ലല്ലോ. തത്തകൾ നല്ലൊരു ജീവിയല്ലേ'

തുമ്പയോട് മറുപടി പറഞ്ഞത് പുതിയതായി വന്ന തേനീച്ചയാണ്. കൂട്ടുകാരുടെ വിയോഗത്തിൽ പീച്ചത്തോടിന്റെ സമീപമുള്ള നെല്ലുകൾക്കെല്ലാം സങ്കടമായി.

****

കുട്ടികളോട് കളിച്ചാൽ

സുന്ദരി കരടിയമ്മക്കും മല്ലൻ കരടിയച്ചനും ആകെയുള്ളൊരു മകനാണ് ജീവൻ കരടി. ഒറ്റ മകനായതുകൊണ്ട് ഓമനിച്ചാണ് അവനെ വളർത്തിയത്. 'ഒന്നുള്ളതിനെ അടികൊടുത്ത് വളർത്തണം' എന്ന് പറയാറുണ്ടെങ്കിലും മകൻ എന്ത് വികൃതി കാണിച്ചാലും അമ്മയും അച്ഛനും അവനെ അടിക്കുകയോ എതിർത്ത് പറയുകയോ ചെയ്യാറില്ല. മാതാപിതാക്കളുടെ ഓമനപുത്രനായി ആവശ്യപ്പെട്ടതെല്ലാം വാങ്ങിച്ചുകൊടുത്ത് പ്രശ്നങ്ങൾ അറിയിക്കാതെ വളർന്നതിനാൽ മറ്റുള്ളവരെ ഉപദ്രവിച്ച് വികൃതിയായി അവൻ വളർന്നു.

അങ്ങനെയിരിക്കെ ഒരു ബന്ധു മരിച്ചപ്പോൾ അച്ഛൻ കരടിക്കും അമ്മ കരടിക്കും അവിടേക്ക് പോകേണ്ട ആവശ്യം വന്നു. മകനെയും കൂട്ടി മണിമലക്കാട്ടിലുള്ള മരണവീട്ടിലേക്ക് പോയാൽ അവിടെവെച്ച് എന്തെങ്കിലും വികൃതി കാണിച്ചാലോ എന്ന് സംശയമുള്ളതിനാൽ മകനെ കൂട്ടേണ്ട എന്നവർ തീരുമാനിച്ചു. ബന്ധുവീട്ടിൽ പോയിവരാൻ രണ്ടുദിവസം കഴിയും. അതുവരെ മകനെ ആരുടെയൊപ്പം പാർപ്പിക്കും?

അച്ഛനും അമ്മയും ചേർന്ന് ആലോചിച്ചപ്പോൾ ഒരു വഴി കണ്ടെത്തി.

അടുത്തുള്ള പഞ്ചാരക്കുന്നിലെ മുത്തശ്ശിയോടൊപ്പം മകനെ നിർത്തുക. കൊച്ചുമകനെ അവർ സന്തോഷത്തോടെ സ്വീകരിച്ച് ആവശ്യമുള്ളതൊക്കെ കൊടുത്ത് അപകടമൊന്നും വരാതെ നോക്കിക്കൊള്ളും. അങ്ങനെ രക്ഷിതാക്കൾക്ക് സമാധാനത്തോടെ പോയിവരാം.

മുത്തശ്ശിയോടൊപ്പം രണ്ടുദിവസം നിൽക്കുന്ന കാര്യം പറഞ്ഞപ്പോൾ ജീവൻ കരടിക്ക് സന്തോഷമായി. അവധിക്കാലം ആയതിനാൽ സ്വന്തം വീട്ടിൽനിന്നും ഒരു മാറ്റം അവൻ കൊതിച്ചതാണ്. മുത്തശ്ശിയുടെ വീട്ടിൽ എല്ലാതരം ആധുനിക സൌകര്യങ്ങളും ഉണ്ട്. തന്റെ പഴഞ്ചൻ മൊബൈലിന് പകരം മുത്തശ്ശിയുടെ അടിപൊളി ആൻഡ്രോയിഡ് മൊബൈൽ ഉപയോഗിച്ച് യൂട്യൂബ് നോക്കാം, ഗെയിം കളിക്കാം. അവനാകെ സന്തോഷം വന്ന് തുള്ളിച്ചാടാൻ തുടങ്ങി.

പിറ്റേന്ന് രാവിലെ മകനെ മുത്തശ്ശിയുടെ വീട്ടിൽ എത്തിച്ചശേഷം അച്ഛൻ കരടിയും അമ്മക്കരടിയും യാത്ര പുറപ്പെട്ടു. പോകുന്നതിനു മുൻപ് മകന് ധാരാളം ഉപദേശങ്ങളും നിർദ്ദേശങ്ങളും കൊടുത്തു. വെളിയിൽ പോകരുതെന്നും മുത്തശ്ശിയെ അനുസരിക്കണമെന്നും പറഞ്ഞപ്പോൾ അങ്ങനെയൊക്കെ ചെയ്യാമെന്ന് അവൻ ഉറപ്പുനൽകി. അച്ഛനും അമ്മയും പോകുന്നതു നോക്കി വരാന്തയിൽ നിൽക്കുന്ന കൊച്ചുമകനെ അകത്തേക്ക് വിളിച്ചപ്പോൾ മുത്തശ്ശിയെ കെട്ടിപ്പിടിച്ചുകൊണ്ട് ഉച്ചത്തിൽ പറഞ്ഞു,

'മുത്തശ്ശീ എനിക്ക് വിശക്കുന്നേയ്.'

'എന്റെ മോന് കഴിക്കാൻ മുത്തശ്ശി മധുരമുള്ള പായസം ഉണ്ടാക്കിയിട്ടുണ്ട്'

'ഹായ്, എനിക്ക് പായസം ഇഷ്ടം'

മുത്തശ്ശിക്ക് കൊച്ചുമകനെ ഇഷ്ടമായി; രണ്ടുപേരും അകത്തേക്ക് നടന്നു.

അടുക്കളയിൽ എത്തിയ കരടിമുത്തശ്ശി വലിയൊരു പാത്രത്തിൽ നിറയെ പായസം വിളമ്പിയിട്ട് കുഞ്ഞിന്റെ മുന്നിൽ വെച്ചു. പായസം ഇഷ്ടപ്പെടുന്ന കുട്ടി അത് മുഴുവനായി കുടിക്കുന്നത് കാണാനായി അരികിൽ തന്നെ അവർ ഇരുന്നു. മുത്തശ്ശിയെ ആശ്ചര്യപ്പെടുത്തി കൊണ്ട് പായസത്തിന്റെ പാത്രം നിലത്ത് കമഴ്ത്തിയശേഷം അവിടെനിന്നും കുടിച്ചു തുടങ്ങി. പറയുന്നതൊന്നും അനുസരിക്കാത്ത കൊച്ചുമകന്റെ വികൃതികൾ ഒന്നുകൂടി വർദ്ധിച്ചു. പായസം കുടിച്ചശേഷം അടുക്കളയിലെ ഏതാനും പാത്രങ്ങൾ എറിഞ്ഞുടച്ചിട്ട് അവൻ മുറ്റത്തുകൂടി ഓടാൻ തുടങ്ങി.

പ്രായക്കൂടുതൽ കൊണ്ട് അവശയായ മുത്തശ്ശി കൊച്ചുമകന്റെ പിന്നാലെ ഓടിയോടി ക്ഷീണിച്ചു. അവർ പറയുന്നതൊന്നും അനുസരിക്കാതെ വിലയേറിയ വീട്ടുസാധനങ്ങളിൽ പലതും അടിച്ച് പൊട്ടിച്ചു. മുറ്റത്തുനിന്നും വരാന്തയിൽ കടന്നപ്പോൾ സ്വീകരണ മുറിയിലെ ടെലിവിഷനിൽ ചിത്രങ്ങൾ കണ്ട് അല്പനേരം അതിനുമുന്നിൽ അനങ്ങാതിരുന്നു. അപ്പോൾ കാടിന്റെ ചിത്രം വിവരിക്കുന്ന പരിപാടിയിൽ ആനക്കൂട്ടം നടക്കുന്നത് കണ്ടു. ആനകളെ ഇഷ്ടപ്പെടാത്ത കരടിക്കുഞ്ഞൻ റിമോട്ട് കൊണ്ട് ടീ.വി. അടിച്ചു തകർത്തു. അതിനുശേഷം അലമാരയിലുള്ള പുസ്തകങ്ങൾ വെളിയിലെടുത്ത് കടലാസുകൾ ഓരോന്നായി കീറി എറിയുമ്പോഴാണ് മുത്തശ്ശിയുടെ വിലയേറിയ പുത്തൻ മൊബൈൽ കണ്ടത്.

കൊച്ചുമകൻ മൊബൈൽ എടുത്തപ്പോൾ മുത്തശ്ശിക്ക് പേടിയായി. എല്ലാം തല്ലിപ്പൊട്ടിക്കുന്ന വികൃതിയായ കുട്ടി മൊബൈലും എറിഞ്ഞ് പൊട്ടിച്ചാലോ, എന്ന ഭയം കാരണം അവരത് പിടിച്ചുവാങ്ങാൻ ശ്രമിച്ചു. കൊച്ചുമകന്റെ ഒപ്പമുള്ള ഓട്ടത്തിനിടയിൽ അവർ വീണ് കാലിലെ എല്ല് ഒടിഞ്ഞു. അതൊന്നും ശ്രദ്ധിക്കാത്ത ജീവൻ കരടി അകത്തെ മുറിയിലിരുന്ന് മൊബൈൽ തുറന്ന് ഗെയിമുകൾ ഓരോന്നായി ഇൻസ്റ്റാൾ ചെയ്ത് കളിച്ചു തുടങ്ങി. ആ നേരത്ത് അവനറിയാതെ മുത്തശ്ശി മുറിയുടെ വാതിൽ അടച്ചുപൂട്ടി. കൂടുതൽ അപകടം ഇല്ലാതാക്കാൻ മാതാപിതാക്കൾ വരുന്നതുവരെ കൊച്ചുമകനെ മുറിയിൽ അടച്ചിടുന്നതാണ് നല്ലതെന്ന് അവർക്ക് തോന്നി.

മുറിയിൽ അടച്ചുപൂട്ടിയതൊന്നും ജീവൻ കരടി ശ്രദ്ധിച്ചതേയില്ല. അവന്റെ ശ്രദ്ധ മുഴുവൻ മൊബൈലിൽ ഉള്ള ഗെയിമുകളിൽ ആയിരിരുന്നു. കുറച്ചു കഴിഞ്ഞപ്പോൾ യൂട്യൂബ് തുറന്ന് പലതരം വീഡിയോകൾ കാണാൻ തുടങ്ങി. വിലകൂടിയ മൊബൈൽ നഷ്ടപ്പെട്ടാലും വീട്ടുസാധനങ്ങൾ നശിപ്പിക്കുന്നത് ഒഴിവാകുമല്ലോ എന്ന് മുത്തശ്ശി ചിന്തിച്ചു. കൊച്ചുമകൻ ആണെങ്കിലും വികൃതിയായ കുഞ്ഞിനെ പാഠം പഠിപ്പിക്കാൻ തന്നെ അവർ തീരുമാനിച്ചു. നന്നായി വിശന്ന് പുറത്തുവരുന്നവനെ മര്യാദ പഠിപ്പിക്കാമെന്ന് തീരുമാനിച്ചു.

സമയം ഉച്ചകഴിഞ്ഞിട്ടും വെളിയിൽ വരാനായി ജീവൻ കരടി വാതിലിൽ മുട്ടിയില്ല. വൈകുന്നേരം ആയപ്പോൾ പരിഭ്രമിച്ചെങ്കിലും വാതിൽ തുറന്ന് അവനെ വെളിയിലേക്ക് വിളിക്കാൻ മുത്തശ്ശി തയ്യാറായില്ല. മുറിക്കകത്തുനിന്നും വരുന്ന ശബ്ദത്തിൽനിന്നും കൊച്ചുമകൻ മൊബൈൽ തുറന്ന് കളിക്കുകയാണെന്ന് മനസ്സിലായി. വിശപ്പും ദാഹവും ഉണ്ടാകുമ്പോൾ ഏതായാലും വെളിയിൽ വരാൻ ശ്രമിക്കുമല്ലോ എന്ന് ചിന്തിച്ച മുത്തശ്ശി വീടിനകത്തെ അടച്ചുപൂട്ടിയ മുറിക്കുമുന്നിൽ ഇരുന്നു.

അല്പസമയം കഴിഞ്ഞപ്പോൾ വലിയൊരു പോലീസ് വാഹനം മണിയടിച്ചുകൊണ്ട് വീടിന്റെ മുന്നിൽ വന്നപ്പോൾ അവരാകെ ഞെട്ടി. കരടി മുത്തശ്ശി വരാന്തയിൽ വന്നപ്പോൾ അഞ്ചാറ് പോലീസ് കരിമ്പൂച്ചകൾ ഇറങ്ങിവന്ന് ചോദിച്ചു,

'താങ്കളൊരു കുട്ടിയെ മുറിയിൽ അടച്ചുപൂട്ടിയതായി പരാതി ലഭിച്ചിട്ടുണ്ട്? എവിടെയാണ്?'

'അയ്യോ സാർ. അതെന്റെ കൊച്ചുമകനാണ്. അവനെ ഞാൻ'

'ആ കുട്ടി ഞങ്ങളെ ഫോൺ ചെയ്ത് പരാതി തന്നതുകൊണ്ടാണ് ഞങ്ങൾ വന്നത്. അവനെ മുറിയിൽ അടച്ച നിങ്ങളെ അറസ്റ്റ് ചെയ്യാൻ

പോകുകയാണ്. കുട്ടിയെ വേഗം തുറന്നുവിടൂ'

മുറി തുറക്കാൻ ഓടുമ്പോൾ മൊബൈലിന്റെ കാര്യമാണ് മുത്തശ്ശി ചിന്തിച്ചത്. മുറിയിൽ അടച്ചവന്റെ കൈയിൽ മൊബൈൽ ഉണ്ടെങ്കിൽ ലോകത്തുള്ള ആരെയും വിളിക്കാമല്ലോ!!

പെട്ടെന്ന് വാതിൽ തുറന്നപ്പോൾ ജീവൻ കരടി പുറത്തേക്ക് വന്നു. പോലീസിനെ ഫോൺ ചെയ്ത് വരുത്തിയ കുട്ടിയുടെ സാമർത്ഥ്യം ഓർത്ത് മുത്തശ്ശി മകനെ കെട്ടിപ്പിടിച്ചു. ഇതെല്ലാം കാണാനിടയായ പൂച്ച പോലീസ് പറഞ്ഞു,

'കരടിമുത്തശ്ശീ, ഇന്നത്തെ കുട്ടികൾ സമർത്ഥന്മാരാണ്. കൈയിൽ മൊബൈൽ ഉണ്ടായാൽ അപകടത്തിൽ നിന്ന് രക്ഷപ്പെടാൻ അവർക്ക് കഴിയും. കുട്ടികളോട് കളിക്കുമ്പോൾ സൂക്ഷിക്കുക. ഇപ്പോൾ ഞങ്ങൾ പോവുകയാണ്'

പോലീസുകാർ കയറിയ വണ്ടി പോയപ്പോൾ മുത്തശ്ശി കൊച്ചുമകനോട് പറഞ്ഞു,

'മോനേ ഈ മൊബൈൽ നീ സ്വന്തമായിട്ട് എടുത്തോ'

******

പുഞ്ചിരിമീനും പൂമീനും

അറബിക്കടലിന്റെ ആഴങ്ങളിൽ ജീവിക്കുന്ന പുഞ്ചിരിമീനും പൂമീനും കൂട്ടുകാരാണ്. രണ്ടുപേരും എല്ലായിപ്പോഴും ഒന്നിച്ചാണ് സഞ്ചാരം. ആഴക്കടലിൽ നീന്തുമ്പോൾ കിട്ടുന്ന ഭക്ഷണമെല്ലാം രണ്ടുപേരും പങ്കിട്ടാണ് കഴിച്ചിരുന്നത്. എവിടെയെങ്കിലും പുഞ്ചിരിമീനിനെ കാണുന്നവർക്ക് ഒരുകാര്യം ഉറപ്പിക്കാം. 'പൂമീൻ അടുത്ത് എവിടെയോ ഉണ്ടാവും' എന്ന്.

രണ്ട് മത്സ്യങ്ങൾ തമ്മിലുള്ള സ്നേഹം അറിയാനിടയായ മറ്റു മത്സ്യങ്ങൾക്ക് അസൂയ തോന്നി. അക്കൂട്ടത്തിൽ അയല, ആവോലി, അയക്കൂറ, തിരണ്ടി, മത്തി, മുള്ളൻ, ഇരുമീൻ, തിത്തിരിമീൻ എന്നിവരൊക്കെ ഉണ്ടായിരുന്നു. ആഴക്കടലിൽ അല്ലലില്ലാതെ സന്തോഷത്തോടെ മാത്രം കാണപ്പെടുന്ന മത്സ്യങ്ങളോട് മറ്റുള്ളവർ സ്നേഹം കാണിച്ചെങ്കിലും അവർക്ക് അങ്ങനെയൊരു സുഹൃത്ത് ഇല്ലാത്തതിൽ വിഷമം തോന്നി. അതോടൊപ്പം പുഞ്ചിരിമീനും പൂമീനും തമ്മിലുള്ള അടുപ്പം ഇല്ലാതാക്കാൻ പലരും പരിശ്രമിച്ചു.

എല്ലാദിവസവും ഒരുമിച്ച് ഉണ്ണുകയും ഉറങ്ങുകയും ചിരിക്കുകയും കളിക്കുകയും ചെയ്തിരുന്ന പുഞ്ചിരിമീനും പൂമീനും തമ്മിൽ ഒരുദിവസം ചെറിയൊരു വഴക്ക് ഉണ്ടായി. നിസ്സാരമായ കാര്യത്തെ ചൊല്ലിയുള്ള തർക്കം തുടർന്നപ്പോൾ അത്യുഗ്രൻ വഴക്കായി മാറി. ആത്മാർത്ഥ സുഹൃത്തുക്കൾ അന്യോന്യം വഴക്കടിക്കുന്നത് കണ്ടപ്പോൾ മറ്റുള്ള ജീവികളെല്ലാം ആശ്ചര്യപ്പെട്ടു. ഇവർക്കെന്ത് പറ്റീ?

രണ്ട് മത്സ്യങ്ങളുടെയും വാക്കേറ്റം ദേഹോപദ്രവത്തിലേക്ക് കടന്നു. ചിറകുകൊണ്ടും വാലുകൊണ്ടും കൂട്ടുകാരനെ അടിച്ച് പരിക്കേല്പിക്കാനും കടിക്കാനും തുടങ്ങി. വഴക്കടിക്കുന്ന സ്നേഹിതരെ നോക്കി മറ്റുള്ളവർ നിന്നതല്ലാതെ പിടിച്ചുമാറ്റാനോ സമാധാനിപ്പിക്കാനോ ശ്രമിച്ചില്ല. ഒടുവിൽ രണ്ടു മത്സ്യങ്ങളും രണ്ടു വശത്തേക്ക് നീന്തിയപ്പോൾ ഏഷണിക്കാരായ ഏതാനും മത്സ്യങ്ങൾ ഇരുവരേയും സമീപിച്ച് അന്യ